முகவரியற்ற தெருவின்
மூன்றாவது வீடு

நாடன் சூர்யா

அகில்நிலா வெளியீட்டகம்

முகவரியற்ற தெருவின் மூன்றாவது வீடு கவிதைகள் ஆசிரியர் : நாடன் சூர்யா • முதல் பதிப்பு : டிசம்பர் 2023 • அலைபேசி : 7358290988 • மின்னஞ்சல் : nadansuryaaccess@gmail.com • முகநூல் : Nadan Surya இன்ஸ்டாகிராம் : @nadansurya • வடிவமைப்பு : ம.சேவியர் • அட்டை வடிவமைப்பு : ஆரூர் இலக்கியன்

Mugavariyatra Theruvin Moondravathu Veedu Poems Author : Nadan Surya • 1st Edition : December 2023 • Mobile Number : 7358290988 • E-Mail : nadansuryaaccess@gmail.com • FaceBook : Nadan Surya • Instagram : @nadansurya • Layout Design : M.Xavier • Cover Design : Aarur Elakkiyan

● ISBN : 978-81-960904-2-5

Akilnila Veliyeetagam 7A/3 Sundaramoorthy Street, Bharathi Block, Jafferkhanpet, Chennai 600 083. Phone Number : 9840806724 / 7358290988 E-Mail : akilnilapathipagam@gmail.com

விலை / Price : 250 Rs

உள்ளே
உங்களையோ என்னையோ
காண நேரலாம்
ஏனெனில்
இங்கே நம்மைத் தவிர
வேறு யாரும் இல்லை

கவிப்பேரரசின் வாழ்த்துரை

கவிஞர் ஆரூர் தமிழ்நாடன் என் அன்புக்குரியவர். அவருக்கும் எனக்குமான நட்பு நெடியது. அவர் மரபுக்கவிதை வித்தகர். விளைந்த மரபுக் கவிதையின் வீச்சுக்களால் என் மனம் கவர்ந்தவர்.

1980களில் அவர் எனக்கு எழுதிய கடிதங்களின் கவித்துவம் இன்னும் என் நினைவுகளில் வாழ்கின்றன. அவர்தம் வாழ்க்கைத் துணைவியார் அமுதா தமிழ்நாடனும் ஒரு கவிதைப் பெண்மணியாக வாய்த்தது தமிழ்நாடன் பெற்ற பேறு.

அவ்வழியில் வாழையடி வாழையாக அவர் அருமைத் திருமகன் நாடன் சூர்யாவையும் எழுத்தாற்றல் மிக்கவராக வளர்த்திருப்பது அல்லது வளர்ந்திருப்பதில் எனக்கு மிக்க மகிழ்ச்சி.

'முகவரியற்ற தெருவின் மூன்றாவது வீடு' எனும் இத்தொகுப்பின் கவிதைகள் இருண்மையற்றவை; வாசிப்பிற்கு வசீகரமானவை.

அனுபவங்களின் சாரத்தை நேரடியாக இறக்கிவைக்கத் தெரிந்த கூர்மையான மொழியாலும் வடிவத்தாலும் தந்தையின் பேர் சொல்லும் தனயனாக நாடன் சூர்யா விளங்குவது இத்தொகுப்பின் வழி கண்கூடு.

"என்னைப் போர்க்களத்திற்கு
அழைக்காதீர்
என் தோட்டத்துச் செடிகளுக்கு
நீர் பாய்ச்சவே
நேரம் சரியாகயிருக்கிறது."

என்று தாவர சிநேகிதனாக அடையாளம் காட்டும் கவிதை இத்தொகுப்பில் எனக்கு மிகவும் பிடித்த கவிதை.

"பறவையின் பார்வையில்
மனிதர்கள் எல்லாம் ஊனமுற்றவர்களே"

"எந்த நேரமும் நிற்கப்போகும் இதயத்தின் மீது
ஏன் இத்தனை கல்லெறிதல்?
அன்பை எறியுங்கள்
மேலும் சில காலம் துடித்துக் கொள்ளட்டும்"

"தலைவாராமலே
பூச்சூடுகிறது மரம்"

"உள்ளே கொடுத்தால் காணிக்கை
வெளியே கொடுத்தால் பிச்சை
குழப்பத்தில் கடவுள்

இவை போன்ற கவிதைகளெல்லாம் நாடன் சூர்யாவின் திறனைப் பறைசாற்றுவன.

நாடன் சூர்யாவின் கவிதைகள் வெற்றி பெறவும் தந்தையின் பேர்சொல்லும் பிள்ளையாகத் திகழவும் வாழ்த்துகிறேன்.

சென்னை
11.04.2023

அன்புள்ள...
வைரமுத்து

வித்தகம் பேசும் வீரிய கவிதைகள்

கவிதை, மென்மையும், வன்மையும் கொண்டது. இதனால் பிற இலக்கிய வகைகளைக் காட்டிலும் அது பலரையும் ஈர்க்கிறது. உலக இலக்கியங்களில் பெரிதுமாகப் போற்றப்பட்டு வந்தமைக்குக் காரணமும் இதுதான். நெருக்கமான உணர்வினை நெஞ்சில் விதைப்பது கவிதைக் கலை.. அதன் வடிவம், உணர்ச்சி, கற்பனை, கருத்து ஆகியவற்றோடு சுகமாகப் பயணிக்கக் கவிதைக்கலை பலருக்கும் இனிதாக இருக்கிறது. மேலும் கவிதைக்கலை எளிமையும் சுருக்கமும் கொண்டிருப்பதால் பலரும் அதனை நாடுகிறார்கள். நாட்டின் சனத்தொகையில் செம்பாகம் கவிஞர்களே என்று சொன்னால் கூட அதனை மிகைக்கூற்றாகப் புறக்கணிக்க இயலாத அளவிற்கு இன்று கவிஞர்களின் தொகை மிகுதியாக இருப்பதாகக் கொள்ளலாம். கவிதை என்பதை எல்லோராலும் எழுதமுடிகிறதா? எழுதுவது கவிதையாக இருக்கவேண்டுமல்லவா! இதனை உணர்ந்து எழுதுவோர் தொகை குறைவு. தம்பி நாடன் சூர்யா கவிதை என்பது என்ன என்பதை ஆழமாகப் புரிந்துகொண்டு கவிதைக்களத்திற்கு வந்திருக்கிறார்.

கவிதையை கவிதையாய்ப் பார்ப்பதைவிட அதனை அனுபவமாய்ப் பார்க்கும் பார்வை நெஞ்சை

வருடிவிட்டு செல்லக்கூடியது. இவற்றினூடே வாழ்க்கையின் யதார்த்தமான பார்வையை இவரது பல கவிதைகளில் காணமுடிகிறது. ஒன்றிப்பு உணர்வு நம்மைக் கவிதைக்குள் அழைத்துச்செல்கிறது. இதனால் அவரது கவிதை மனத்தையும் உள்ளத்துணர்வையும் புரிந்துகொள்கிறோம். கவிதையில் நம்மைப் பயணிக்க வைப்பதோடு ஏதோ ஒருவகையில் அதனோடு உறவு கொள்ளச்செய்யும் எளிமையான வாசகங்களால் நம்மை ஈர்த்துவிடுகிறார். நான் பேசும்போதெல்லாம் நீ பேசவேண்டும் என்ற பாணியிலான கவிதைகள் நம்மை ஒரு நெருக்கத்தில் இழையச்செய்துவிடுகின்றன.

“உங்கள் நம்பகத்தனமான உலகில்
என்பெயரையும்
சேர்த்துக்கொள்ளுங்கள்”

என்று கைகோக்கச் சொல்லி ஓர் இணைப்பினை ஏற்படுத்தி விடுகிறார்.

ஆன்ம விசார்ணையாகவும், தன்னுணர்ச்சியின் வெளிப்பாடாகவும், தத்துவத்தின் தரிசனமாகவும், ஜென்னின் வார்ப்பாகவும், அரூபத்தின் காட்சியாகவும், அழகியல் உணர்வாகவும், ஹைகு சாயல் கொண்டனவாகவும் உள்ள பல கவிதைகள் இந்நூலிற்குப் பெருமை சேர்ப்பன.

“நான் இன்னும் நிரம்பவே இல்லை
நிரம்ப விரும்பாத கோப்பை நான்,
எதையேனும் ஊற்றி
என் வெறுமையைத்
தீர்த்துவிடாதீர்கள்”

என்று வருவதில் நிரம்ப விரும்பாத கோப்பை நான் என்று சொல்லும்போது இன்னும் அறிந்து கொள்ளவேண்டியது மீதமாக இருக்கிறது என்பதைக் கோப்பை என்ற ஒரு குறியீடு மூலம் உணர்த்துகிறார். ஜென்னின் வார்ப்பில்

வெளிப்பட்டிருக்கும் கவிதை இது.

இரவு என்பது அமைதியானது. ஆனால் அங்கேதான் வெளிச்சம் கிட்டுகிறது. அந்த வெளிச்சம்தான் உள்ளொளி. தனிமையின் இருப்பில்தான் அது சாத்தியமாகிறது. எப்படிப்பட்ட வெளிச்சம் அது?. விடை காண்கிறார் கவிஞர்.

"ஞானத்தின் வெளிச்சமும்
இரவின் இருளிலிருந்தே
தயாரிக்கப்படுகிறது.......
அமைதியாய்
விழித்திருக்கிறேன்
ஏதோ ஒரு இரவில்
நானும் ஞானம் பெறுவேன்.

இரவின் இருள் என்பது படிம வார்ப்பில் அமைந்து கவிதையின் ஆழ்பொருளை உணர்த்துவதாய் உள்ளது.

காதலைப் பாடும்போதெல்லாம் தன்னுணர்ச்சியில் ததும்புகிறது கவிமனம். ஆனந்த அலையாக நெஞ்சில் வந்து மோதிப்பிரவாகம் எடுக்கிறது.

"பழைய புத்தகத்தைப்
புரட்டும்போது ஒளிந்திருக்கிறது
ஒரு மயிலிறகும்,
ஒரு காதலும்"

என்ற அளவில் இளமையின் ரகசியம் புத்தகத்தில் தஞ்சம் புகுந்திருக்கிறது. காதலைப் பாடும்போது தன்மை ஒருமையில் கூறி மனத்தை நெகிழ்ச்சிகொள்ளச்செய்துவிடுகிறார். அதனால் மனத்தை மயிலிறகு கொண்டு வருடுவது போலவே காதல் கவிதைகளை உணரமுடிகிறது. ஒருவரை ஒருவர் சந்திப்பதும், காதல் கொள்வதும், காத்திருப்பதும், தேடலும், பின் வாடலும் காதல் உலகில் உண்டு என்று

புனைவியல் கவிஞன் பைரன் குறிப்பிடுவான். இந்த எல்லைகளில் நின்று படைத்திருக்கும் காதல் விதைகள் வீரியம் மிக்கனவாய் வந்து விழுகின்றன. காதலுக்கு அளவுகோல் உண்டா? விரிந்த வானமும் பரந்த கடலும் கூட அதன் எல்லையைத் தாண்டும்.

"எதுவுமே இல்லாத
வெளி நான்
எல்லாம் கொண்ட கடல் நீ
நீலமாம் நம் காதல்".

காதல் நெஞ்சம் ஒன்றாகிக் கலத்தலில் கடலின் நிறமாய்க் கரைந்து ஒன்றாகி விடுகிறது. கவிஞன் கீட்ஸ் ஒரு நீள்கவிதையில் காதல் நெஞ்சம் ஒன்றாகக் கலந்து கரைவதை இருநிறங்களும் ஒன்றாகிக் கலந்து கரைவதை ஒப்புமைப்படுத்துவான்.

...as the rose
Blendeth its odour with the violet,
Solution sweet:

ஏன் சங்க காலத்துக்கவிஞனும் இது போன்றே செம்புலப் பெயலாகி அன்புடை நெஞ்சம் கலந்து கரைந்து ஒன்றாகிப் போவதை உணர்த்தவில்லையா? நீலமாம் காதல் என்னும் இறுதி வரிகளில் கவிஞரின் காதல் உள்ளம் கலந்து கரைந்திருப்பதைக் காணலாம்.

காதலை வெளிப்படுத்தும் போது காதலும் கூடத் திருமந்திரமாகிவிடுகிறது.

"காரணமே இல்லாமல் மகிழ்
காரணமே இல்லாமல் காதலி
காரணமே இல்லாமல் வாழ்"

என்று கவிஞருக்கு உணர்த்தத் தோன்றியிருக்கிறது. கவிஞனாக ஆகிவிட்டதற்குக் கூடக் காதலை வம்புக்கு இழுக்கிறார் கவிஞர்..

"பிடித்த பெண்ணிடம்
என்ன பேசுவதென்று
தெரியாத முட்டாள்கள்தான்
வேறு வழியின்றிக்
கவிஞனாகி விடுகிறார்கள்"

"திறமையற்றவன்
என்று சொல்லிவிட்டுச் சென்றாள்
அதனால்தான் என்னவோ
கவிஞனாகிவிட்டேன்
என்கிறார்."

காதலுக்கும் நிலவுக்கும் ஒரு பொருத்தமும் உண்டு; வருத்தமும் உண்டு. காதலியின் முகம் முழுநிலவு என்று பாடியிருக்கிறார்கள்; இது தலைவன் காணும் பொருத்தம். அது காய்ந்து காதலனைக் காட்டிக்கொடுப்பதாகவும் பாடியிருக்கிறார்கள். இது தலைவிக்குரிய வருத்தம். தனிமையின் துயரை அது வெளிப்படுத்துவதாகவும் பாடியுள்ளனர். கவிஞர் காதலை நிலவோடு பொருத்திப் பார்க்கும் போது

"இரவில்
உறங்கத்தான் நினைக்கிறேன்
பின்பு பாவம்
நிலவிற்கு யார் இருக்கிறார்கள்"

என்ற கவிதை சங்கப் பாடலின் சாயலில் இணையும் கவிதையாக உள்ளது. புறக்கணிப்பட்ட காதலியின் நினைவை

"எப்போது கடலுக்குச்
சென்றாலும்
என்னை நிராகரித்தவளை
நலம் விசாரிக்கிறது
நிலவு"

என்று வரும் கவிதை, நிலவைப் பார்க்கும்போது நிராகரிக்கப்பட்டவளின் நினைவே மிகுகிறது.

அழகியலைக் குழைத்துத் தரும் கவிதையில் கற்பனையும் பட்டாம்பூச்சியாய்ச் சிறகடிக்கிறது. அதில் கற்பனையும் செறிந்திருக்கக்காணலாம்.

"மழையில்
பட்டாம் பூச்சிகள் பறப்பதில்லை
அதனால் வானவில்
வரைந்துகொள்கிறது
வானம்"

வானவில்லை அழகிய கற்பனைக்காட்சியில் பட்டாம் பூச்சியின் நகலாகப் பார்க்கத்தோன்றியிருக்கிறது.

ஹைகு சாயல் படிந்திருக்கும் கவிதைக்கு இரு சான்றுகள்.

"கடலுக்குப்
பொட்டு வைக்கிறது
நிலா"

"என்பாஸ்போர்ட்டை
வீணாக்கிவிட்டது
பறவையின் எச்சம்"

இவ்விரு கவிதைகளும் ஹைகுவோடு நெருங்கிவருகின்றன..

இரவையும், காற்றையும் கூட இவரது கவிதைகள் அரூபமான விதைக்குள் புதையவைத்திருக்கின்றன.

“நேற்றைய நாளை
கொஞ்சமும் மிச்சம்
வைக்காமல்
தின்று போயிருக்கிறது
இராட்சச இரவு”

“பசியுற்ற
பட்டினிக் குழந்தைகளைத்
தலைகுனிந்தபடியே
கடந்து செல்கிறது
சமையல் வாசம்
சுமந்த காற்று.”

மரணம் பற்றிய கவிதைகளில் இந்த இளமைக்காரக் கவிஞரிடம் முதிர்ச்சி தெரிகிறது. வாழ்க்கையில் இயல்பானதுதான் மரணம். வந்து போவதுதானே வாசலின் திறப்பும் மூடலும். இந்தப் பக்குவமனம் இந்த இளமையில் இவருக்கு மரணத்தைப்பற்றிச் சிந்தக்க வைத்திருப்பது வியப்புதான்!

“நிகழ்வதுதான் மரணம்
என்று அறியாத வகையில்
மரித்திடவேண்டும்”

என்பதை ஒரு வகையில் ஏற்றுக்கொண்டு மரணத்தை அழைக்க முடியுமா? வரவு செலவு கணக்குத்தானே வாழ்க்கை.

“எந்த மருந்தாலும்
சரிசெய்ய முடியாத
நோய்களை
மரணம் சரிசெய்துவிடுகிறது”

வாழ்க்கையின் நிலையாமையைப் புதிய கோணத்தில் பலவாறு சிந்தனை செய்ய இவரால் முடிந்திருக்கிறது.

"நான் தூக்கத்திலேயே
மரணித்தவன்
எனினும் என் கடைசிக்கனவு நீ"

"நான் மரணித்துவிட்டால் அழாதே நண்பா..."

"என் வாழ்வு
தொடங்கியிருப்பதாக உணர்ந்த
ஒரு நன்னாளில்தான்
மரணத்தை பற்றியும் எழுதச் சொன்னது உயிர்"

"இன்றோ என்றோ
என் உடல் இயக்கம் நின்றுவிடும்
நான் என்னைவிட்டு
வெளியேறிவிடுவேன்"

"என் உடல்
காடு செல்லும் வரை
என் அறையை
இழுத்துப் பூட்டிவிடுங்கள்"

"கடைசியாய்
நான் யோசித்து
வைத்திருந்த கவிதை
சொல்ல நினைத்த சொல்
பேச நினைத்த மனிதர்

போக நினைத்த இடம்
செய்ய நினைத்த செயல்
எல்லாவற்றிற்கும் என் இரங்கல்கள்"

இருக்கும்போதே இறப்பைப் பற்றிய கவிதைகளை ஜப்பானியர் எழுதிச் செல்வதுண்டு. அவற்றை இறப்புக் கவிதை (Death Poems) என்றே அழைப்பர். அமெரிக்கப் பெண் கவிஞரான எமிலி டிக்கின்சன்ஸ் மரணத்தைப் பற்றிப் பல பாடல்களை எழுதியுள்ளார். இறப்பு சிறப்பான ஒன்றை வாழ்க்கையில் உருவாக்குகிறது(Death sets a thing significant)என்ற பாணியில் அவரது மரணம் பற்றிய சில கவிதைகள் அமையும். அந்த வகையில் இவரும் மரணத்தைப் பற்றிய தன்னுணர்ச்சியைத் தத்துவத்தின் தரிசனமாக இறப்புப் பற்றிய பாடல்களில் உணர்த்தியிருக்கிறார்.

"இளம் வயதில் துடிப்போடு ஓடும் நதி" முதுமையில் கடலாகி அமைதி அடைகின்றன' என்று இவரது கவிதையே சொன்னாலும் கூட, கடலின் ஆர்ப்பரிப்பு அடங்குதல் உண்டா? இந்தக் கவிமனத்திற்கு ஓய்வுண்டா? கடலலையில் ஆர்ப்பரிப்பும் உண்டு; அடங்கிச் செறிந்து அமைதியாகவும் போவது உண்டு. வாழ்க்கையின் பரிமாணங்கள் பல வகையானவை. முதிர்ச்சி மிக்க இவரது கவிதைக் கலை, முத்தினைப் பொருத்திய மோதிரமாய்க் கவிதை விரலில் பெருமையாய் வந்து அமர்ந்துகொண்டுள்ளது.

வாழ்த்துகளுடன்,

முனைவர் இராம.குருநாதன்

(செம்மொழித் தமிழாய்வு நிறுவன ஆட்சி மன்றக்குழு உறுப்பினர்,
சாகித்திய அகாடமி ஆலோசனைக் குழு உறுப்பினர்)

வான்மதியாகும்

வளர்பிறைக் கவிஞன்

மேகங்களுக்கு மேலே பறக்கும் ஒரு பறவையை வியந்து பார்த்து மகிழ்ந்து போகிறேன். வியப்புக்குக் காரணம் அது தொட்ட உயரம். மகிழ்வுக்குக் காரணம், சிறகு முளைக்காத பருவத்தில் அந்த சின்ன பறவை என் அன்பின் கூட்டில் இருந்தது.

சிம்புட் பறவையாய் சிகரம் அளக்கும் சிறகை விரித்துள்ள அந்த பறவைதான் அன்புத்தம்பி நாடன் சூர்யா,வளரும் கவிகளின் வளர்ப்புத்தாயாகத் திருவாரூரில் திகழ்ந்த அண்ணன் ஆரூர் தமிழ்நாடன், அவரது சிறகுகளாகவும், வானமாகவும் வாழ்விணையராகவும் அமைந்த சகோதரி அமுதா தமிழ்நாடன் ஆகியோரின் அருமை புதல்வன்.

அவன் பிறந்த போது திலகன் என்ற பெயரைத் தேர்வு செய்து அனுப்பியவர் கவிப்பேரரசு வைரமுத்து. அந்த மடலை படித்த நினைவு மனதில் நிற்கிறது.

ஆரூர் சூரியனாம் முத்தமிழறிஞர் கலைஞரின் அன்புக்குரிய ஆரூர் தமிழ்நாடன் சூரியனைத் திலகமாக்கி சூரியத் திலகன் என்று பெயரிட்டார். இந்த பெயரை சான்றிதழில் கொண்ட தம்பி தனித்துவமாய் தடம் அமைத்து நாடன் சூர்யா வாகி, நயன்மிகு படைப்புகளை நனிசிறப்போடு தருகிறான்.

" ஆயிரம் கவிதைகளுக்கு
நடுவிலும்

என் கவிதையை
நீ சரியாக கண்டுபிடிக்கவேண்டும்
என்பதற்காகத்தான்
இத்தனை போராட்டமும்"

என்ற ஒற்றைக் கவிதையிலேயே அவனது முகவரி சுடர்கிறது.

என் பள்ளி மாணவப் பருவத்தில் கவிக்கோ அப்துல் ரகுமானின் படைப்புகளை ஆரூர் தமிழ்நாடன் எனக்கு அறிமுகப்படுத்தினார். அவை அவருக்கு திருமணப் பரிசாக வந்தவை. இருபத்தைந்து ஆண்டுகளுக்குப் பிறகு, நக்கீரனின் இனிய உதயம் இலக்கிய இதழ் தொடங்கும் வேளையில் அண்ணன் ஆரூர் தமிழ்நாடனை கவிக்கோ அப்துல் ரகுமான் இல்லத்திற்கு அழைத்து சென்று, இவர் தான் முதலில் உங்களை எனக்கு அறிமுகப்படுத்தியவர் என்று அறிமுகப்படுத்தினேன்.

பிள்ளைத் தமிழாக எனக்கு அறிமுகமான தம்பி நாடன் சூர்யா, உயர்கல்வியில் என்னிடம் ஒப்படைக்கப்பட்டான். எல்லா மாணவர்களுக்கும் இலக்கியத்தை அறிமுகம் செய்வது போலவே நாடன் சூர்யாவுக்கும் அறிமுகம் செய்தேன். கவிக்கோ அப்துல் ரகுமானையும் அறிமுகம் செய்தேன். அவரது கவிதைகளில் மிகவும் தோய்ந்தான். வெளிச்சத்தின் திசையில் அவன் எழுதுகோல் முன்னேறத் தொடங்கியது.

"பறவையின் பார்வையில்
மனிதர்கள் எல்லாம்
ஊனமுற்றவர்களே"

"போகிறபோக்கில்
மனிதத்தை சிந்திவிட்டுப்போகும்
அறிமுகமற்ற மனிதராக

இருந்துவிடுங்கள்"

"தலைவாராமலே
பூச்சூடுகிறது
மரம்"

"யாருமே இல்லை
இருப்பினும்
நிழல்தந்து கொண்டேயிருக்கிறது
அந்த மரம்"

உள்ளிட்ட கவித்துளிகளில் வீசும் ஒளிகளில் நாடன் சூர்யாவின் தேடலின் சுவடுகள் தெரிகின்றன .

ஒருமுறை வகுப்பில் "கருவாடு நீந்தும் கடல்" என்ற ஈற்றடியைத் தந்து மாணவர்களை வெண்பா எழுதிவர வேண்டியிருந்தேன். நாடன் சூர்யா கருத்தாழமும், சமுதாய அக்கறையும் தொனிக்கும் ஒரு வெண்பாவை எழுதி வந்தான். வெண்பாவே பரிச்சயமான பின் விருத்தங்களும் மற்ற பாவகைகளும் அவன் விரல்களில் விளையாடத் தொடங்கியதில் வியப்பேதுமில்லை.

"புத்தகங்கள்
ஏதுமில்லாத நாட்களில்
கடலுக்கு செல்வேன்
அங்கு நிறைய படித்துவிட்டு
கொஞ்சம் கவிதைகளையும்
பிடித்துவருவேன்"

என்று நாடன் சூர்யா எழுதும் போது கவித்துவ அலைகளில் நனைகிறது மனம்.

அகத்திணையில் அவன் எழுதியுள்ள அணைத்துக் கவிதைகளும் அகத்தினை அணைத்து அன்பின் சுடர் வீசுகின்றன.

“எந்த இரு கண்ணீரும்
தான் காய்ந்துவிடும் முன்னே
தன்னைத் துடைத்து விடும்
கைகளை நம்பித் தான்
வெளியே வருகின்றது”

என்ற கவிதையில் மனம் ததும்புகிறது.

“அறிவினான் ஆகுவ துண்டோ பிறிதின்நோய்
தந்நோய்போல் போற்றாக் கடை”

என்ற வள்ளுவத்தின் வாழ்வியலை இந்தப் புதுக்கவிதை புதுப்பிக்கிறது. பிறர் கண்ணீரைத் துடைப்பவரின் கவலையை இறைவன் துடைப்பான் என்பதால் கண்ணீரைத் துடைக்கும் கைகள் நிறைய வேண்டும். கண்ணீர் வரும் சூழல் மறைய வேண்டும்.

முகவரியற்ற தெருவின் மூன்றாவது வீடு என்ற தலைப்பில் மோனையழகு மட்டுமின்றி மோனமிகு வினாவும் முகிழ்ந்து நிற்கிறது. வகுப்பில் ஒரு மாணவக் கவியாய் எனக்கு அறிமுகமான நாடன் சூர்யா இந்தத் தொகுப்பின் மூலம் மா.நவ கவியாய் தமிழ்கூறு நல்லுலகிற்கு அறிமுகமாகிறார். முகவரி என்பது தேடலுக்கு உதவும். தேடலின் சிரமங்களை குறைக்கும். நாடன் சூர்யாவின் கவிதைத் தெருவுக்கும் அதில் உள்ள கவின்மிகு வீட்டிற்கும் முக்வரி இல்லை என்கிறார். முகமே இருக்கும்போது முகவரி எதற்கு? இந்த கவிதைகளில் நாடன் சூர்யாவின் அகமும், முகமும் அழகாய் சுடர்கின்றன.

அன்பு வாழ்த்துகளுடன்

ஆரூர் புதியவன்

(தமிழ்த் துறைத் தலைவர்

காயிதே மில்லத் கல்லூரி - சென்னை)

மனமென்னும் மாயவெளியில் நிகழும் மழை தான் கவிதை. அது உடலையன்றி உயிரை நனைக்கும். அப்படி என்னை நனைத்த மழையிலிருந்து சில துளிகளை இங்கே சேமித்து வைத்துள்ளேன், அது உங்களையும் நனைக்கலாம். காதலையும் தத்துவத்தையும் இரு பெரும் சக்கரங்களாக்கி என் கவிதைத் தேரை இழுத்து வருகிறேன், இதனை உங்கள் தெருக்களில் உலாவ விட உங்கள் கரங்களையே கேட்கிறேன். முகவரியற்ற தெருவின் மூன்றாவது வீடு என்பது ஒரு மனநிலை. யாராலும் தேடப்படாதவனின் அமைதி. அந்த அமைதியில் நிகழ்ந்த காதலும், தத்துவத் தேடலுமே இந்தத் தொகுப்பு.

முகவரியற்ற தெருவின் மூன்றாவது வீடு என்னும் என்னுடைய இந்தக் கவிதைத் தொகுப்பிற்கு வாழ்த்துரை அளித்த கவிப்பேரரசு வைரமுத்து அவர்களுக்கும், மதிப்புரை அளித்த பெருங்கவிஞர்களின் பேராசிரியர் முனைவர்.இராம.குருநாதன் அவர்களுக்கும், எனக்கு நல்ல கவிஞர்களையும், கவிதைகளையும் அறிமுகம் செய்த என் தமிழ்ப் பேராசிரியர் முனைவர் ஜெ.ஹாஜா கனி அவர்களுக்கும் என் நன்றியை உரித்தாக்குகிறேன்.

அன்பால் உயர்வோம்

நாடன் சூர்யா

என்னோடு
கதை பேசுங்கள்

தேவைப்படும் போது
என்னோடு வந்து
தேநீர் அருந்துங்கள்

பார்க்கும் போதெல்லாம்
எனக்கு
ஒரு புன்னகையைத் தாருங்கள்

நேரம் கிடைக்கும் போது
என்னோடு கொஞ்ச தூரம்
நடந்து வாருங்கள்

உங்கள் பயணத்தில்
கொஞ்ச தூரம்
என்னையும் அழைத்துச் செல்லுங்கள்

என் கைகளை
இறுகப் பற்றிக்கொண்டு
உங்கள் கவலைகளைச் சொல்லுங்கள்

என் மகிழ்ச்சியில் பாதியைக்
கடன் வாங்கிக் கொண்டாவது
சிரியுங்கள்

என் ஏதாவது
ஒரு விரலை
கண்ணீர் துடைக்க
பயன்படுத்திக் கொள்ளுங்கள்

உங்கள்
நம்பகத்தனமான உலகில்
என் பெயரையும்
சேர்த்துக் கொள்ளுங்கள்.

◆

நட்சத்திர எழுத்துகள்
அத்தனை இருந்தும்
மௌனத்தை மட்டுமே
எழுதுகிறது இரவு

அந்த மௌனத்தை
இரவிடம் பழகிக்
கற்றுக் கொள்கிறேன்

ஞானத்தின் வெளிச்சமும்
இரவின் இருளிலிருந்தே
தயாரிக்கப்படுகிறது

அமைதியாய்
விழித்திருக்கிறேன்
ஏதோ ஒரு இரவில்
நானும் ஞானம் பெறுவேன்.

●

வெறுமையாக இருப்பதனால்
நான் தீர்ந்துவிட்டதாக
நினைக்காதீர்

நான் இன்னும்
நிரம்பவேயில்லை

நிரம்ப விரும்பாத
கோப்பை நான்

எதையேனும் ஊற்றி
என் வெறுமையைத்
தீர்த்துவிடாதீர்கள்.

என்னைப்
போர்க்களத்திற்கு
அழைக்காதீர்

என் தோட்டத்து
செடிகளுக்கு
நீர் பாய்ச்சவே
நேரம் சரியாக இருக்கிறது.

●

இங்கேதான் இருக்கிறேன்
ஆனாலும்
எங்கோ ஒரு புல்வெளியில்
புரண்டுக் கொண்டிருக்கிறேன்

இங்கேதான் இருக்கிறேன்
ஆனாலும்
ஆளில்லா வனத்தின் நடுவில்
ஏதோ ஒன்றைப் பார்த்து
வியந்து கொண்டிருக்கிறேன்

இங்கேதான் இருக்கிறேன்
ஆனாலும்
யாருடனோ எங்கெங்கோ
திரிந்து கொண்டிருக்கிறேன்

இங்கேதான் இருக்கிறேன்..
ஆனாலும்
என்னை என்னால்
பார்க்க முடிவதில்லை
என் மனமும் உடலில்
தங்கியதாய் நினைவே இல்லை.

ஆயிரம் கவிதைகளுக்கு
நடுவிலும்
என் கவிதையை
நீ சரியாக கண்டுபிடிக்க வேண்டும்
என்பதற்காகத் தான்
இத்தனை போராட்டமும்.

●

அழகென்று சொல்லப்படுவதெல்லாம்
சாதாரணமாய் தெரிகின்றன
சாதாரணமானவை எல்லாம்
மிக அழகாய்த் தெரிகின்றன.

●

பறவையின் பார்வையில்
மனிதர்கள் எல்லாம்
ஊனமுற்றவர்களே.

●

நேற்றைய நாளை
கொஞ்சமும்
மிச்சம்
வைக்காமல்
தின்று போயிருக்கிறது
ராட்சச இரவு.

●

போகிறபோக்கில்
மனிதத்தை
சிந்திவிட்டுப்போகும்
அறிமுகமற்ற மனிதராக
இருந்துவிடுங்கள்.

●

பழைய புத்தகத்தைப்
புரட்டும்போது
ஒளிந்திருந்தது
ஒரு மயிலிறகும்
ஒரு காதலும்.

●

காதலாய்க் கூட வேண்டாம்
காயமாக இரு போதும்

புன்னகையாய்க் கூட வேண்டாம்
கண்ணீராய் இரு போதும்

வருடலாய்க் கூட வேண்டாம்
வலியாய் இரு போதும்

நம்பிக்கையாய்க் கூட வேண்டாம்
ஏமாற்றமாய் இரு போதும்

நீ எனக்கு
இப்படித்தான்
வேண்டுமென்பதெல்லாம் இல்லை

உனக்கு எப்படியோ
அப்படியே
எதோ ஒரு ரூபத்தில்
என்னிடம்
உன் இருப்பை உணர்த்து

நீ எதுவாக இருக்கிறாயோ
அதுவாகவே போதும்.

உன் சன்னலிடம்
சொல்லிவிடு
நான் அதையல்ல
உன்னைத்தான்
காதலிக்கிறேன் என்று.

●

இளம் வயதில்
துடிப்போடு ஓடும்
நதிகள்
முதுமையில் கடலாகி
அமைதி அடைகின்றன.

●

நான்
உன்னுடையவன் தான்
என்ற போதிலும்
என்னை மொத்தமாய்க் கேட்காதே

கொஞ்சம் கொஞ்சமாய்
ஒன்று ஒன்றாய்க் கேள்

நான் மொத்தாமாய்த்
தீர்ந்து போகும் வரை
உன்னிடம் கொடுப்பதற்கு
ஏதோ ஒன்று
எப்போதும் என்னிடம்
இருந்து கொண்டே இருக்கட்டும்.

இல்லாத வெளிக்கு
வானம் என்ற உடலை
வாங்கித் தந்திருக்கிறது
கடலின் காதல்.

●

எந்த மருந்தாலும்
சரி செய்யமுடியாத
நோய்களை
சரி செய்துவிடுகிறது
மரணம்.

புத்தகங்கள்
ஏதுமில்லாத நாட்களில்
கடலுக்கு செல்வேன்

அங்கு நிறைய படித்துவிட்டு
கொஞ்சம்
கவிதைகளையும் பிடித்து வருவேன்.

வெறுமையான
காகிதம் ஒன்றைக்
கையில் கொடுத்து
ஏதாவது ஒன்றை
எழுதச் சொல்கிறார்கள்

நானும் எழுதிக் கொடுக்கிறேன்

அதை வாங்கிப்
பார்த்த அவர்கள்
இன்னும் வெறுமையாகத்தான் இருக்கிறது
எதுவுமே எழுதவில்லை என்கிறார்கள்

நானோ..

"கவனமாகப் பாருங்கள்
அதில் முன்பிருந்த
வெறுமையை அழித்து விட்டு
என் வெறுமையை
எழுதியிருக்கிறேன்" என்கிறேன்

உற்றுப் பார்த்த அவர்களோ
"ஆம்" என்று புன்னகைக்கிறார்கள்.

பார்வையற்றவர்களின்
வானவில்லாக
காது கேட்காதவர்களின்
பெயராக
பேச முடியாதவர்களின்
பிடித்த சொல்லாக
நடக்க முடியாதவர்களின்
சிறகுகளாக
இருந்துவிட்டுப் போகிறேன்.

நிலா
சூரியனைத் தேடி
இரவில் வருகிறாள்
சூரியன்
நிலவைத் தேடி
பகலில் வருகிறான்

சேருவதை விடவும்
தேடுவதில்தான்
பிழைத்திருக்கிறது
வானம் என்னும் காதல்.

பூத்த பின்தான்
செடிக்கே தெரிகிறது
மலர்தல் என்ற
நிகழ்வைக் கடந்திருப்பது,
அது போலவே
எல்லாம் நிகழ்ந்த பின்தான்
எனக்கும் தெரிந்தது
நான் உன்னைக் காதலிப்பது.

●

என் கண்ணில் படாதே
என் காதலுக்கு
பதில் சொல்ல முடியவில்லை.

●

சுதாரித்துத்
துடைப்பதற்குள்
மொத்தமாய்ப்
படிந்துவிட்டாள்
என்மீது.

●

தியானத்தில் இருக்கும்
என் குளத்தில்
போகிறப்போக்கில்
கல்லெறிந்துவிட்டு
திரும்பிப் பார்க்காமல் போகிறது
உன் பார்வை.

பயணம் சலித்துவிட்டது
எல்லா பயணங்களும்
ஏதோ ஒரு நிறுத்தத்தில்
முடிந்துவிடுகின்றன.

உனக்கான என் காதல்
என்னிடமே பத்திரமாய்
இருக்கட்டும்

அதை உன்னிடம் கொடுத்து
அதற்கு வேறெதையும் எதிர்ப்பார்க்க
நான் கற்றுக்கொடுக்க விரும்பவில்லை.

சொல்லப்போனால்

உன்னிடமிருந்து
எவ்வளவு தொலைவில்
இருக்கமுடியுமோ
அவ்வளவு தொலைவிலிருந்தே
அது உன்னைப் பார்க்கட்டும்.

எதிர்ப்பார்ப்பு, விருப்பம்
காயம், கண்ணீர், ஆறுதல்
இவை எல்லாவற்றிற்கும்
அப்பாற்பட்டு
வெற்றி தோல்வியின்
முகவரி தெரியாமலேயே
தனியாய் விளையாடட்டும் அது

நானென்ற பொம்மையுடன்.

●

உங்கள்
பெரிய பெரிய
கவிதைகளின்
கடைசி நான்கு
வரியாகமட்டும்
நான் இருந்துவிட்டுப் போகிறேன்.

மறந்து போன
முகங்கள்
எங்கே சென்றனவோ
அங்கே
செல்ல வேண்டும்
நானும்.

●

ஞான நிலையை
அடைந்துவிட்டது
இன்னும் பதில் காணாத
மூன்று வயது மிக்க
என் "குறுஞ்செய்தி" ஒன்று

●

தூங்கி விழிப்பதற்குள்
வந்து போகும்
மழைக்கு
அடுத்த முறை
சன்னல் திறக்கக் கூடாது.

●

நீயும் நானும்
சந்தித்தபோது
என்னவெல்லாம்
நினைத்திருக்கும் காதல்.

●

பார்வையினால்
கவிதைகள்
எழுதும் நீ,
கண்களுக்கு
மையிடுவது
நியாயம்தான்.

●

நீ சாதாரணமாய்
பேசும் வார்த்தைகள்
என்னைச் சேரும் முன்
எங்கேயோ சென்று
சங்கீதம் கற்றுவிட்டு வருகின்றன.

●

பகலிலும்
கூடவே வருகிறது
நம் நேற்றைய இரவு.

●

அவள் என்றோ
பார்த்த பார்வையை
இன்று
எழுதிக்கொண்டிருக்கிறேன்.

●

உனக்கு
எந்த மாதிரி
கவிதைகள் பிடிக்கும்
எனக் கேட்கும் அவளிடம்,
எப்படி படித்துக் காட்டுவேன்
அவளை.

●

என் இரவுகளுக்கு
உன் பெயரைத் தான்
சூட்டியிருக்கிறேன்.

●

பெருந்துயரம் எதேனும்
நெஞ்சை ஊடுருவி
பேராழம் பதித்தால்
அழுவேன்
எனுக்குள்ளே கூச்சலிடுவேன்
வலி நீண்டால்
வேறு வழியின்றி
அப்படி நடக்கவேயில்லை
என்று நம்பிவிடுவேன்
என்னைத் தவிர வேறு
யாருக்குத் தெரியப்போகிறது.

முதல் ரசிகன்

நேற்றிரவு
சூரியன் அழைத்தானென
அவனைச் சந்திக்க
வெளிகளுக்கு அப்பாலுள்ள
அவன் வீடு சென்றேன்

நீண்ட நேரம் பேசிக் கொண்டிருந்தோம்
மூன்று தேநீருக்கு பின்
தான் வரைந்த ஓவியங்களையெல்லாம்
காட்டத் துவங்கினான்

ஒரே நிறத்தில் வரையப்பட்ட
எண்ணிலடங்காத ஓவியங்கள்
அவன் அறையில் அணிவகுத்திருந்தன

உலகம் தோன்றிய நொடி முதல்
இன்றைய மாலை வரை
தான் பார்த்ததையெல்லாம்
அப்படியே வரைந்து வைத்திருந்தான்

அவற்றில் நானும்
நீங்களும் கூட இருந்தோம்
அவன் ஓவியக் கலையைக்
கண்டு பிரம்மித்தேன்
கை குலுக்கி அவன்
தோளில் தட்டிக் கொடுத்தேன்

இத்தனை திறமையிருந்தும்
அவ்வளவு தன்னடக்கத்தை
முகத்தில் மின்னினான்

நாளை உங்கள்
நிழலைக் காணும் போது
ஒரு நொடி
அவனைப் பார்த்து
புன்னகைத்துக் கடங்கள்.

பகலில்
இரவு
என்ன செய்யும்?

கனவுகளை
எழுதிக்கொண்டிருக்கும்.

●

ஒருமுறையேனும்
நேருக்கு நேர்
கண்ணோடு கண் பார்த்து
காதலைச் சொல்லிவிட வேண்டும்
இந்த ஒட்டுமொத்த
பிரபஞ்சத்தையும்
ஆச்சரியத்தில்
ஆழ்த்திவிட வேண்டும்.

●

உதிர்ந்து போனதை
மறந்து
காற்றில் பறக்கத் தொடங்கும்
இறகாக இருந்துவிடுங்களேன்.

●

அவள் கவிதைகள்
எழுதுவதில்லை,
எனக்குக்
கற்றுக்கொடுப்பதோடு சரி.

●

நள்ளிரவிற்கும்
விடியலுக்கும்
இடையில்
ஒரு பொழுதுள்ளது
அது நமக்காகத்தான்
அமைந்துள்ளது.

●

கடல் அப்படியே தான் இருக்கிறது
மீன்கள்தான் தற்காலிகம்
காதல் அப்படியே தான் இருக்கிறது
காதலர்கள்தான் தற்காலிகம்.

●

உறக்கத்திலேயே
மரணிப்பவர்களின்
கடைசிக் கனவு
கலையுமா?
தொடருமா?

●

தாகம் தீர்ந்தாலும்
திகட்டுவதில்லை
நீரும் நீயும்.

●

என் சன்னலுக்கு வெளியே
வேப்ப மரக் கிளையில்
அமர்ந்தபடியே உறங்குகின்றன
இரு காகங்கள்

அதன் தூக்கத்தைக்
கலைக்காத வண்ணம்
மெதுவாய் நடைபோடுகிறது
இரவு.

●

மலர்களை விட
கிளைகள் தான்
அழகு
என்போன்ற பறவைகளுக்கு.

●

தலை வாராமலே
பூச்சூடுகிறது
மரம் .

●

உன்னைக்
காணும்போதெல்லாம்
முதன்முதலாய்
ஒரு நல்ல கவிதையை
எழுதிய ஞாபகம் வருகிறது.

புத்தகங்களைக் கூட
அவள் குரலில் தான்
படித்துக் காட்டுகிறது
பாவி மனம்.

எந்த விஞ்ஞானியாலும்
செய்ய முடியாத ஒன்றை
குழந்தைகள் எளிதாய்
செய்துவிடுகிறார்கள்,
பொம்மைக்கு உயிர்கொடுத்து.

●

யாருமே இல்லை,
இருப்பினும்
நிழல் தந்து
கொண்டேயிருக்கிறது
அந்த மரம்.

●

எங்கெங்கோ
சிதறிக்கிடந்த என்னை
ஒன்றாய் சேர்க்கிறது
உன் நினைவு.

●

எந்த ஒரு கண்ணீரும் தான்
காய்ந்துவிடும் முன்னே
தன்னைத் துடைத்துவிடும்
கைகளை நம்பிதான்
வெளியே வருகின்றன.

●

அனுப்பப்படாத
குறுஞ்செய்திகளில்
அமைதியாய்
உறங்கிக்கொண்டிருக்கின்றன
விழித்திருக்க வேண்டிய
எத்தனையோ காதல்கள்.

●

நிபந்தனையற்றவராக
இருப்பதிலும்
ஒரு நிபந்தனை இருக்கிறது
எல்லா நேரங்களிலும்
நாம் நாமாக இருக்க வேண்டும்.

●

புத்தகம் திறக்கையில்,
சிறை வைக்கப்பட்டிருந்த
எழுத்துகள்
விடுதலையாகின்றன
கூடவே நாமும்.

●

காரணமே இல்லாமல்
கவிதைகள் எழுதும்
காரணத்திற்கேனும்
காதல் செய்வீர்.

●

ஒரு பயணம்
செல்ல வேண்டும்

இறங்கும் இடம் தெரியாத
ஒரு பயணம்

வழியெங்கிலும்
கொஞ்சம் கொஞ்சமாய்
என்னை உதறிக்கொண்டே
செல்லும் ஒரு பயணம்

நான் அறவே இல்லாத
இடத்தில் நிறையும்
ஒரு பயணம்.

●

மௌன விரதம்
சாத்தியமில்லை,
எந்நேரமும்
எதையேனும்
உளறிக் கொண்டே
இருக்கிறது மனம்.

●

நான் உறங்காமல்
சேர்த்து வைத்த
இரவுகளெல்லாம்
உலகின் எல்லா
இரவுகளும் தீர்ந்தபின்
எனக்கு உதவலாம்.

●

இரவில்
கண்களை மூடி
விழித்திருக்கவும்
பகலில்
கண்களைத் திறந்து
உறங்கவும்
கவிஞனைக்
கட்டாயப்படுத்துகிறது காலம்.

என்னை நோக்கிய
என் பயணத்தில்
வழியெங்கிலும்
உன் கால் தடங்கள்

எனக்கு முன்னே
என்னை அடைந்திருக்கிறாய்.

●

வாழ்வின்
முதல் துளியும்
கடைசி துளியுமே
தூய்மையானவை
மற்ற துளிகளில்
மனிதன் கலந்திருக்கிறான்

●

அலங்காரப் பொருட்களில்
திருப்தி அடையாத வீடு,
புத்தகங்கள் கேட்கிறது.

●

காயங்களைத் தேடிப்
பயணிக்கிறேன்
அவளின் ஆறுதலுக்காக.

●

நான் புரட்டும்
புத்தகங்களின்
வலது பக்கங்கள்
அவள்.

●

மின்சாரத்தை விடவும்
அபாயம் நீ,
அறிவிப்புப் பலகையாய்
உன் கண்கள்.

●

நிமிடத்திற்கு இருமுறை
வந்து போகும்
உன் நினைவுகளுக்கு
காலத்தின் அருமை தெரிவதில்லை
தவமிருந்து ஞானம் பெற்று
கண்கள் திறக்கையில்
எதிரில் நிற்கிறாய்

இது வரமா சாபமா?

●

அம்மாக்கள்
பிள்ளைகளை வளர்க்கிறார்கள்
அப்பாக்கள்
பிள்ளைகளுடன்
மறுபடியும் வளர்கிறார்கள்

●

காதலில்
இளைப்பாறுகின்ற நேரத்தில்
நிஜங்களெல்லாம்
முகமூடி அணிந்து கொள்கின்றன

இரவின் வியர்வைக்கு
சூரியன் விசிறிவிடுகிறான்
பகலின் மௌனத்திற்கு
நிலா கவிதை தருகிறாள்

இதற்கிடையில்
சிக்கித்தவிக்கும் மனிதர்கள்
பாவம் என்னதான் செய்வார்கள்

காதலால் வாழ்வதையும்
காதலால் சாவதையும் தவிர.

●

விடியலுக்கும்
வெளிச்சத்திற்கும்
சம்பந்தமில்லை

பார்வையற்றவர்க்கும்
விடியல் உண்டு.

●

என் சன்னலில்
நிலா தெரிந்ததே இல்லை
எதிர் வீட்டில்
அவள் குடி வரும் வரை

●

எனக்கு என்மேல்
காதல் வந்துவிட்டது.
அதை என்னிடம்
சொல்லத் தயக்கமாகவும் இருக்கிறது.

●

நடுக்கடலைக் கடக்கும்
பறவைகளுக்கு
இரண்டு வானம்.

●

நல்ல இசை என்ன செய்யும்

அலையும் மனதை
அசையாமல் நிறுத்தும்

உருவமற்ற மயிலிறகால்
உள்வலி வருடும்

நிகழ்கின்ற பொழுதினை
நிம்மதியாய் மாற்றும்

எல்லாவற்றிக்கும் மேல்
நல்ல இசை என்னை
எனக்கு நினைவூட்டும்

ஆம்
உன்னைத்தான்..

இரவின் உதடுகள்
மௌனத்தை தான் பேசும்

இரவின் காதுகள்
மௌனத்தை தான் கேட்கும்

அதனால் தான்
நினைவுகளின் குரல்
இரவில் அதிகம்
எதிரொலிக்கும்.

சூரியன் இறந்துவிட்டான்

பிரபஞ்சத்தின் கதறலில்
விழித்துக்கொண்டன எல்லாமும்

சிரிப்பிழந்த வானம்
விம்முகிறது

தன் ரகசியத்தை
இழந்த மேகங்கள்
கண்ணீரால்
வானை நனைக்கின்றன

சுற்றிக்கொண்டிருந்த பூமி
பைத்தியம் தெளிந்து
நிற்கிறது

இரங்கல் கூட்டத்திற்கு
ஆயத்தமாகின்றன
நட்சத்திரங்களெல்லாம்

இவ்வளவிற்கு மத்தியில்
இறப்பின் காரணம்
யாருக்கும் தெரியவில்லை

பூமி முகிலையும்
முகில் வானையும்
வான் விண்மீன்களையும்
கேட்கின்றன

யாருக்கும் எதுவும்
தெரியவில்லை

பிரேத பரிசோதனையில்
சூரியன் அழுதிருப்பதும்
அவன் கண்ணீரே
அவன் தீயை
அணைத்திருப்பதும்
தெரியவருகிறது

இத்தனை நடந்தும்
எட்டிக்கூடப்
பார்க்கவில்லை
நிலா.

அழைக்காமலே வரும்
உன் ஞாபகங்களுக்கு
நாகரிகம் சொல்லிக்கொடு.

●

எதில் பட்டாலும்
ஈரமாகிவிடுகிறது
நீர்.

●

நிலவு
எப்போதும் போலத்தான்
இருக்கிறது

பூமி தான்
அமாவாசை
பௌர்ணமி
எனப் புறம்பேசுகிறது.

●

அழகான உரையாடல்கள்
எங்கெல்லாம் நிகழ்கின்றனவோ
அங்கெல்லாம்
உன்னையும் என்னையும்
நினைத்துக் கொள்கிறது காதல்.

●

திறந்தே கிடக்கிறது
வானம்
களவாட முடியவில்லை
நிலவை.

●

இந்நேரம்
புறப்பட்டிருக்கலாம்
உங்கள் மேல் பட்டுச்
சிதறப் போகும்
ஒரு மழைத்துளி.

●

என் புன்னகையை
வாங்கிக் கொண்டு
உன் கண்ணீரைக் கொடு
அதை புன்னகையாக்கி
திருப்பித் தந்துவிட்டு
என் புன்னகையை
வாங்கிக் கொள்கிறேன்.

நிலா வெளிச்சத்தில்
உறக்கத்தைத்
தேடுகிறேன்.

●

தேநீர் அருந்தும் போது
வேறு எதையும் செய்யாதீர்கள்
வேறு எதையும் சிந்திக்காதீர்கள்
தேநீரை மட்டும் அருந்துங்கள்
அது ஒரு தியானம்.

●

உங்களின் ஒரு கவிதை
உங்களின் மற்ற எல்லா
கவிதைகளையும்
படிக்க வைக்கட்டும்.

என் புன்னகைகளை எல்லாம்
கொட்டி வைத்திருக்கிறேன்
இருந்தும் கண்ணீரைத்தான்
தேடி எடுக்கிறது காதல்.

●

கண்களைத் திறந்தால்
உலகம்
கண்களை மூடினால்
பிரபஞ்சம்.

●

வானும் கடலும்
சேரும் இடத்தில்
சூரியன் பிறக்கிறான்.

●

உன்
எந்தக் குறுஞ்செய்திக்கும்
அவள் பதிலளிக்கவில்லையெனில்
புரிந்துகொள் நண்பா
அதுவே ஒரு பதில்தான் என்று.

●

மேலிருந்து
அத்தனை தூரம்
இறங்கி வந்து
எனக்கான கவிதையை
தந்து போகிறது
மழை.

●

ஒரே மழை தான்
விட்டுவிட்டுப் பெய்கிறது
ஒரே காதல் தான்
விட்டுவிட்டுத் தொடர்கிறது.

●

எனக்கென்று
தனியாய்
தனிமை கூட இல்லை

நம் இருவருக்கும்
சேர்த்து
ஒரே தனிமை தான்
என்றான பின்.

●

கொஞ்சம் புன்னகையுங்கள்
அதிலிருந்து
எனக்குத் தேவையான
நம்பிக்கையை
எடுத்துக் கொள்கிறேன்.

●

நீ ஒன்று சொல்கிறாய்
உன் கண்கள்
ஒன்று சொல்கிறது
நான் யாரை நம்புவது?

●

தொலைப்பது
எனக்கு புதிதல்ல
அதில் எந்த
பிரச்சனையும் இல்லை
ஆனால்
எதைத் தொலைத்தேன்
என்று கண்டுபிடிப்பதில் தான்
பிரச்சனையே.

●

உன்னைப் பார்க்கும்
போதெல்லாம்
அவசர அவசரமாய்
எனக்கு ஒரு
கவிதை தேவைப்படுகிறது

அதை யாரிடம் கேட்பது
என்று அறியாத நான்
உன்னிடமிருந்தே எடுத்து
உன்னிடமே தருகிறேன்

என்னைத் தவறாக நினைக்காதே.

ஒரு கவிதையை
யோசித்துவிட்டு
மறந்துவிட்டேன்
ஆம் அது
ஆகச் சிறந்த வலி

அந்தக் கவிதையை
வேறு யாரும்
யோசிக்க முடியாதென்பது
ஆகச் சிறந்த நிவாரணம்.

எதுவுமே இல்லாத
வெட்டவெளியிலும்
ஏதேனும் ஒன்றைத்
தேடிக்கொண்டே தான்
இருக்கிறேன்
எப்போது
தேடுவதை விட்டுவிட்டு
தொலையக்
கற்றுக்கொள்ளப் போகிறேன்.

எல்லாரையும் போல
காதலிக்கத்
தெரிந்த எனக்கு
எல்லாரையும் போல
காயப்படத் தெரியவில்லை

எதிர்பார்ப்பே இல்லாமல்
காதலிப்பதிலும்
ஏமாற்றம் இருக்கிறது.

●

உனக்கான
காதல் கடிதத்தைக்
கேட்கிறாய்
கொஞ்சம் பொறு
என் வாழ்க்கை வரலாற்றை
எழுதி விடுகிறேன்
அதுதான்
உலகின் மிக நீண்ட
காதல் கடிதம்.

எதையேனும் பேசு
உன் குரலை
முத்தமிட்டுக்
கொள்ளட்டும்
என் செவிகள்.

●

உனக்காக
இரத்தம் சிந்தும்
என் பேனாக்களுக்கு
என்ன பதில்
சொல்ல போகிறாய்.

●

ஒரு நொடி
உலகம் அமைதியுற்று
மீண்டும் இயங்க தொடங்கியது
ஏதோ ஒரு நல்ல கவிஞன்
தன் கடைசிக் கவிதையை
எழுதியிருக்கலாம்

காலவெளியில் ஒரு கொலை

அன்றிரவு
உறக்கமே இல்லை
ஏதோ ஒரு பதற்றம்
இதய வீதிகளில்
உலவிக் கொண்டேயிருந்தது

உறங்க முயற்சித்து
மூன்று முறைத் தோற்றிருந்தேன்
இதற்கு முன்பு
இதே நிலை
எனக்கு பிடித்த ஒருவரின்
மரணத்தின் முன்
நிகழ்ந்திருக்கிறது

இந்த முறையும்
யாரையோ இழக்கப் போவதாய்
உள்ளுணர்வு சொன்னது

அம்மாவின் பக்கத்தில்
சென்று படுத்தேன்
கொஞ்ச நேரம்
பயப்படாமல் நடித்தேன்
உறக்கமும் நம்பி
கண்களை அணைத்தது

இரவை விடவும்
இருட்டான ஒரு கனவில்
இரு காதலர்களைக் கண்டேன்
அவர்கள் சிறைக்குள் இருந்தபடி
என்னயே பார்த்துக் கொண்டிருந்தார்கள்

“என்ன ஆச்சு” என்றேன்
அழத் தொடங்கினார்கள்
“அழாதீர்கள்” என்றேன்
அழுகை வேகமானது

நிமிடத்திற்கு ஒரு முறை
அழுகையை நிறுத்தி
முத்தமிட்டுக்கொண்டு
மீண்டும் பிரிந்து அழுகின்றனர்

ஒன்றும் புரியவில்லை
பின் ஒரே நேரத்தில்
அழுகையை நிறுத்திய இருவரும்
சில நிமிடங்களில்
இறக்கப் போவதாய் சொன்னார்கள்

"ஏன்" என்றேன்
"உன்னால் தான்"
"நான் என்ன செய்தேன்"
"எங்களைக் காப்பாற்றாமல்
உறங்கிக் கொண்டிருக்கிறாயே"
"புரியும் படி சொல்லுங்கள்"

எதோ ஒன்றைச்
சொல்ல முனைகையில்
இருவர் மூச்சும் நின்றுவிட்டது

அலறிய படி விழித்தேன்
அருகில் அம்மா இல்லை
இருளும் இல்லை
விடிந்திருந்தது

மெல்ல எழுந்து
என் அறை நுழைந்தேன்
தேநீரும் அம்மாவும் வந்தார்கள்

"நேத்தே பேட்டரி
வாங்கிட்டு வர சொன்னன்ல,
இப்ப பாரு கடிகாரம் நின்னுடிச்சு"
என்றபடி தேநீரை
என் அருகில் வைத்தார்

மேலே நோக்கி
கடிகாரத்தைப் பார்த்தேன்
சின்ன முள்ளும்
பெரிய முள்ளும்
ஒரு நொடி இடைவெளி விட்டு
நின்றுபோயிருந்தார்கள்

காலம் என்னால்
கொலை செய்யப்பட்டிருந்தது.

●

பெருங்காதல்

என் மரத்தின்
இலையொன்றும்
பக்கத்து வீட்டு மரத்தின்
பூவொன்றும் காதலிக்கிறார்கள்
அவ்வப்போது வீசும் காற்றில்
நடுவே இருக்கும் சுவரைத் தாண்டி
முத்தமிட்டுக்கொள்ளும்
இந்தக் காதலர்கள்
இதுவரை கோடிமுறைப்
பூத்திருப்பார்கள்
வேர் வழி கரம் கோத்து
நறுமணங்கள் பரிமாற்றி
பெருங்காதல் வளர்க்கும் இவர்கள்
உதிர்ந்தாலும் ஒன்றாய் தான்
உதிர்வார்களாம்

நீங்கள் கடைசியாய்ப்
பறித்த பூ
ஏதோ ஒரு இலையின்
பெருங்காதலாக இருக்கலாம்.

●

உங்கள் கவலைகளைப்
பகிர்ந்து கொள்ள
என்னைத் தேடும்போது
நான் இல்லையென்றால்
அப்படியே விட்டு விடாதீர்கள்
இன்னும் ஒருமுறை தேடிப்பாருங்கள்

இங்கு தான் எங்காவது
நிச்சயம் இருப்பேன்.

பள்ளங்களின் உயரம்

நான் அடிக்கடி
உடைபவன் தான்
உடையும் போது தான்
எல்லா இடங்களிலும்
சிதற முடிகிறது

நான் அடிக்கடி
விழுபவன் தான்
விழும்போது தான்
பள்ளங்களின் உயரம்
அறிய முடிகிறது

நான் அடிக்கடி
அழுபவன் தான்
அழும்போது தான்
பிறர் கண்ணீரின்
நேர்மை புரிகிறது

நான் அடிக்கடி
இறப்பவன் தான்
இறக்கும்போது தான்
புதிதாய் பிறக்க முடிகிறது

உடைத்தவர்களே
விழவைத்தவர்களே
அழவைத்தவர்களே
சாகடித்தவர்களே
உங்கள் கரங்களைக் கொடுங்கள்
முத்தமிட்டுக் கொள்கிறேன்.

மரணமே
கவிதையும் காதலும்
தீரும் வரை
பொறுத்திரு.

●

என் பெயரே
கவிதையாகும் வரை
எழுதிக் கொண்டுதான் இருப்பேன்
மன்னித்துவிடுங்கள்.

●

உடைதலின் சுகம்
உன் பார்வை வழி அறிகிறேன்
திரும்பச் சேர முடியாதபடி
இன்னும் ஒருமுறை உடை
தனித் தனியாய் சிதறிச்
ஆயிரம் கண்கள் வழி
உன்னைப் பார்ப்பதற்கு.

●

பிடித்த முகம்
நினைவில் வரும்போதெல்லாம்
வீட்டிலிருந்தபடியே
எங்கோ இருக்கும்
கடலில் கால் நனைக்கிறது
இந்த அற்புத மனது.

●

இனிமேல்
மூன்றாவது குறுக்குத் தெரு
வழியாகப் போகாதே
இரண்டாம் குறுக்குத் தெரு
வழியாகவே போ
பாவம் அங்கு தான்
எந்த மரங்களும் பூப்பதில்லையாம்.

நீங்கள் இருக்கும்
நம்பிக்கையில் தான்
நான் பிறந்தேன்
நாம் இருக்கும்
நம்பிக்கையில் தான்
மற்ற மனிதர்களும்
பிறக்கப் போகிறார்கள்
அன்பு கூர்ந்து
எல்லார் மீதும்
அன்பு காட்டுங்கள்.

உன் முகத்தில் விழிப்பதால்
என் கனவுகள்
கலைவதேயில்லை.

●

பறவையின்
சிறுகூண்டுக்குள்
தொலைந்துபோய் விட்டது
அத்தனைப் பெரிய
வானம்.

●

எத்தனை முறை தான் சாகடிப்பாய்
முதல் பார்வையில் ஒருமுறை
முதல் புரிதலில் ஒருமுறை
முதல் கூடலில் ஒருமுறை
முதல் ஊடலில் ஒருமுறை
முதல் அபகரிப்பில் ஒருமுறை
முதல் புறக்கணிப்பில் ஒருமுறை
நான் முழுதாய்ச் சாகும்முன்
எத்தனை முறை முடியுமோ
அத்தனை முறை சாகடித்துவிடு

நீ தரும் மரணத்தில் தான்
நான் உயிர்த்தெழுகிறேன்.

தொட முடியா
தூரத்தில் இருந்தாலும்
உன்னைத்
தொட்டுக் கொண்டேதான்
இருக்கிறேன்
கண்களை மூடிக் கவனி
என் ஸ்பரிசத்தின்
வெப்பம் உணர்வாய்.

●

இந்த நொடியில்
நாம் எல்லோரும்
எதோ ஒரு பொய்யை
உண்மையென்று
நம்பிக் கொண்டிருக்கிறோம்.

●

நீண்ட நெடிய பாலத்தின்
இரு முனைகளில்
நிற்கின்றோம்
நீயும் நானும்

யாருமற்ற அந்த வெளியில்
உன்னையும் என்னையும்
ஊடுருவுகிறது பழைமையான காதல்

பிரிந்த வலி பெருக்கெடுத்து
கீழே ஓடிக் கொண்டிருக்கையில்
மௌனம் உறுதியாக
இருப்பதனால்
உடையாமல் இருக்கிறோம்
நாமும் பாலமும்.

அவ்வாறு பார்க்காதே
எனக்கே தெரியாமல்
கசிகிறது
மறைத்து வைத்திருந்த
என் காதல்.

●

ரசிப்பதற்கு
ஆள் இல்லாத இடத்தில்
கூச்சமின்றி
யதார்த்தமாய்
சிரிக்கின்றன
பூக்கள்.

●

நீ இல்லாத
நேரங்களில்
மேகம் தூவும்
நீரெல்லாம்
மழை என்றாகாது.

●

திருவிழாக் கூட்டங்களில்
எவ்வளவு தான்
கவனமாய் இருந்தாலும்
திருடப்பட்டு விடுகிறேன்
யாரோ ஒருத்தியால்.

●

நீ உன் நம்பிக்கையை
விட்டுவிட்டு வா
நான் என் நம்பிக்கையை
விட்டுவிட்டு வருகிறேன்
ஒருவேளை கடவுள்கள் இருந்தால்
என்னை உன் கடவுளும்
உன்னை என் கடவுளும்
சந்திக்கட்டும்
விவரங்கள் கேட்டுத் தெளிவோம்
அதுவரை அன்பு.

●

அம்மா வெளியூர்
சென்றுவிட்டார்
கூடவே வீடும்.

●

வண்ணப் பேருந்து

அன்று இரவு
நல்ல மழை
ஆட்களற்ற அழகில்
நின்றது கடைசிப் பேருந்து
பேருந்தின் எல்லா சன்னல்களும்
நிம்மதியாய் சுவாசித்தபடி
மழையை ரசித்திருந்தன
நடுப்பகுதி சன்னலொன்று
என்னைப் பார்த்து சிரிக்கச்
பேருந்தில் ஏறினேன்
புன்னகைத்த சன்னலை
கரம் கோத்து உடனமர்ந்தேன்
ஓட்டுனர் கடவுளை
வேண்டிக் கொண்டு
பேருந்தை எடுத்தார்
புறப்படும் நொடியில்
திடீரென வந்தேறினாள்
மாநிற மங்கையொருத்தி

பார்த்ததுமே பேரழகி
பட்டத்தை அறிவித்தது
பேருந்தும் என் இதயமும்
எல்லா சன்னல்களும்
அவளையே பார்த்தன

எல்லா இருக்கைகளையும்
கண் துழாவி
முன்பகுதி சன்னல் ஒன்றுக்கு
வாழ்க்கைக் கொடுத்தாள்
கொஞ்சமாய் ஆசுவாசித்தாள்
பின் யாரையோ
அலைபேசியில் அழைத்து
"பஸ் ஏறிட்டேன், வண்டி கிளம்பிடிச்சி"
என்றாள்
அவள் குரலின் விரல்கள்
மழைக்கு நடுவே
காதுகளை கதகதப்பு செய்தது

கடவுளை வேண்டியது ஓட்டுனர்தான்
ஆனால்
ஆசிர்வாதமோ எனக்கு அமைந்தது

காடுகளில் திரிந்த
என் கண்கள்
கடலைக் கண்டது போல்
அவளை கண்டது

ஒவ்வொரு நிறுத்தம் வர வர
பேருந்தோடு சேர்ந்து
என் இதயமும் நின்றது
இறங்கிவிடாதே

திடீர் தேவதையே
இப்படியே நீடிக்கட்டும்
ஒரு நிரந்தர பயணம்
ஒவ்வொரு நிறுத்தத்திலும்
நின்று போன என் இதயத்தை
மீண்டும் துடிக்க வைத்தாள்
என்ன இது அற்புதம்
பதினைந்து நிமிடங்களாய்
நான் என்னை நினைக்கவேயில்லை

இந்த பரவச பயணம்
அவள் அழகினால் மட்டும்
நிகழ்ந்திருக்க முடியாது
அவளிடம் இன்னும்
நிறைய இருக்கிறது

பூப் போன்ற
அவள் முகத்தில்
புயல் போன்ற அணுகுமுறை இருந்தது
கதைகளில் மட்டுமே
கேள்விப்பட்டிருந்த
மகாராணிகளின் உடல் மொழி
அவள் உடல் முழுக்க சூழ்ந்திருந்தது
இரவை தனியாய் சமாளிக்கும்
கண்களும் கைகளும்
எதற்கும் தயாராய் இருந்தன

இன்னும் நிறைய..
முன் பின் தெரியாதவளின்
பின்னால் பின்னிக்கொண்டிருக்கும்
என் கண்களை
எவ்வாறு அவிழ்க்கபோகிறேன் ?

மீண்டும் பேருந்து
நின்றது
அவள் இறங்கினாள்
அவள் இறங்கிவிட்டாள்
பேருந்திலிருந்த நறுமணம்
மெதுவாய் நீங்கியது
கொஞ்ச தூரத்தில்
ஏதோ ஒரு தெருவில்
அவளும் காணாமல் போனாள்
பேருந்து அங்கேயே நின்றது

ஓ
பேருந்து இதற்கு மேல் நகராது
வரும் வழியில்
என் நிறுத்தத்தை
எங்கோ தொலைத்துவிட்டேன் போல
செவிப்பொறி அணிந்து
மழையை கேட்டபடி
இசையில் நனைத்து நடக்கிறேன்
வீடு தேடி.

●

வீட்டுடன்
சுவற்றுடன்
காற்றுடன்
மழையுடன்
வாகனத்துடன்
புத்தகங்களுடன்
பேனாவுடன்
வானத்துடன்
மேகத்துடன்
மிருகங்களுடன்
பறவைகளுடன்
இன்னும் எதன் எதனுடனோ
நன்றாகப் பேசத் தெரிந்த எனக்கு
ஒன்றைப் பேசினால்
மற்றொன்றைப் புரிந்துகொள்ளும்
மனிதர்களிடத்தில் மட்டும்
பேசவே தெரியவில்லை.

எளிதில்
உடைபவர்கள்
சிரிக்கக் காரணம்
தேடாதவர்கள்
கண்ணீர் விட
வெட்கப்படாதவர்கள்
தன்னுடனே
பேசத் தெரிந்தவர்கள்
கேட்டு வாங்கி
உண்ணத் தெரிந்தவர்கள்
அன்பால் அடிக்கடி
தோற்பவர்கள்
இவர்கள் தான்
வாழத் தெளிந்தவர்கள்.

●

அதிகாலை 4.32

பறவைகள்
கிளைகள் அசைத்து
மரங்களை எழுப்பி
ஊர்சுற்றக் கிளம்பிவிட்டன

சில மொட்டுக்களுக்கு
பிரசவம் முடிந்து
பூக்கள் பூமி பார்கின்றன

அரைத் தூக்கத்தில்
சிவந்திருந்த
வானின் கண்கள்
கொஞ்சம் கொஞ்சமாய்
உறக்கம் கலைக்கின்றன

நிறைய கண்களின்
கனவுகள் முடிகின்றன

தேநீர் பாத்திரங்கள்
வயிறு எரிகின்றன

இரு பெரும்
பொழுதுகளின் சங்கமத்தில்
எதோவொன்று
எல்லாவற்றிற்கும்
நடந்து கொண்டிருக்கிறது.

நான் மட்டும்
உறங்கவும் இல்லை
விழிக்கவுமில்லை.

●

ஒவ்வொரு முறை
என் காதலை
அளந்து பார்க்கும்போதும்
முன்பை விடவும்
சில அங்குலங்கள்
வளர்ந்திருக்கின்றன.

எனக்குச் சில முத்தங்கள்
கடனாய்க் கொடுங்கள்
வட்டியும் முதலுமாய்
திருப்பித் தருகிறேன்

ஒருவேளை என்னால்
கொடுக்க முடியவில்லையெனில்
தண்டனையாக
என்னைக் கட்டியணைத்துக் கொள்ளுங்கள்.

கவிதைகள் எதுவும்
அகப்படாத பொழுதொன்றில்
கையில் தேநீரோடு
முன் வந்தமர்ந்தாள்.

தூரம் நீ சென்றால்
உயிர் இளைத்து விடுகிறேன்
அருகில் நீ வந்தால்
உயிர் வளர்த்துக் கொள்கிறேன்.

சில சமயம்
அர்த்தமே இல்லாமல்
வெளிப்படும் அவள் கோபம்
அர்த்தமே இல்லாத
கவிதையைப் படிக்கக்
கற்றுக் கொடுக்கிறது.

●

எந்த நேரமும்,
நிற்கப் போகும்
இதயத்தின் மீது
ஏன் இத்தனைக்
கல்லெறிதல் ?

அன்பை எறியுங்கள்
மேலும் சில காலம்
துடித்துக் கொள்ளட்டும்.

அமைதியான
பிரார்த்தனைக் கூட்டத்தில்
எழும் குழந்தையின்
முதல் சத்தம்
உன் நினைவெனக்கு.

●

பக்கத்துக் கடைக்காரரின்
பரிந்துரை இல்லாமல்
கேட்டவுடனே சில்லறை தரும்
கடைக்காரனாய் இருக்க ஆசை.

●

மக்களெல்லாம்
வெடிவைத்து ஓசோனை
கிழித்துக் கொண்டிருக்க
புகை மண்டலத்தில்
அரைகுறைப் பார்வையில்
மூச்சுத்திணறிய படியே
வாண வேடிக்கைகளைப்
பார்த்துக் கொண்டிருக்கின்றன
மரங்கள்

நெருப்பே இல்லாமல்
புகைபவர்களும்
சத்தமே இல்லாமல்
வெடிப்பவர்களும்
ஆங்காங்கே இருக்கிறார்கள்
அவர்களை வைத்து
தீபாவளி கொண்டாடுங்கள்
வெடிகள் வேண்டாம்.

நான் சாதாரணமாகத்தான்
கவிதைகள் எழுதுகிறேன்

அதில் நீ இருப்பதனால்
என்னவோ
சிறந்த கவிதைகளாகிவிடுகின்றன.

வந்த வழியாகவே
சத்தமில்லாமல்
வெளியே போகத்
தெரியவில்லை காதலுக்கு

கதவுகளைத் திறக்காமலே
உள்ளே வரும் காதல்,
சுவர்களை
உடைத்துக்கொண்டு தான்
வெளியே செல்கிறது.

ஒரு முறை தான்
என் வீட்டிற்கு வந்தாய்

தொலைக்காட்சி
கடிகாரம்
தேநீர் அருந்தும் கோப்பைகள்
இன்னும் கண்ணாடிப்
பொருட்கள் பல இருந்தும்

என் இதயத்தை மட்டும்
உடைத்ததேனோ?

●

மனிதனுக்கு பதிலாய்
மழையாய்
பிறந்திருக்கலாம்

கடல் ஆறு
குட்டை கிணறு
சாக்கடை என

எங்கு பெய்தாலும்
மழை என்றே அழைத்திருப்பார்கள்.

சக மனிதனுக்கு
நேரும் வன்முறைகளை
சர்வ சாதாரணமாகக்
கடந்து போய்க்கொண்டிருக்கும்
நான்தான்
ஒரு காலத்தில்
பொம்மையின் கை
உடைந்ததற்கு
ஒரு வார காலம்
அழுதிருக்கிறேன்.

●

காலம் காலமாய்
பாழடைந்து கிடந்தேன்
ஒரு பாழாய் போன
பார்வையால்
பால் காய்ச்சிவிட்டாள்.

●

பெரிதாய் ஒன்றும் வேண்டாம்
விழும்போதெல்லாம்
பிடிமானமாய்ப்
பிடித்துக்கொள்ள
ஒரு அன்பு போதும்.

●

கைவசம் கவிதை
எதுவும் இல்லை
வாருங்கள்

அவள் வீடு வரை
சென்று வரலாம்.

எல்லாக் கடனையும்
அடைத்துவிட்டேன்
நண்பன் ஒருவன்
எனக்காகச் சிந்திய
சில சொட்டுக்
கண்ணீருக்கு மட்டும்
வட்டி ஏறிக்கொண்டே போகிறது.

●

ஒருவனை முட்டாள் என
திட்டியபின் தான்
உணர்ந்தேன்
நான் எவ்வளவு
பெரிய முட்டாள் என.

●

இறந்தபின்னான
இலையின் உடலை
சுமக்க முடியாமல்
தள்ளாடுகிறது
காற்று.

●

எத்தனைப் பெரிய
கஞ்சனும்
தன் இதயத்தை
இனாமாக
கொடுத்துவிடுகிறான்
யாரோ ஒருத்திக்கு.

●

கொஞ்சம் ஆடுகளுடன்
நிழலில் அமர்ந்தபடி
வெய்யிலை ரசித்திருந்த
அந்த முதியவர்
சற்று சிந்தனைக்கு பிறகு
எதோ ஒன்றைப்
புரிந்தது போல் புன்னகைத்தார்

எனக்கும் எதோ ஒன்று
புரிந்தது போல் இருந்தது.

●

குட்டிக் குட்டி
நீர்த் தேக்கங்களில்
கொட்டிக் கிடக்கிறது
வானம்.

மயானத் தொழிலாளனின்
பார்வையில்
நாம் எல்லாரும்
நடை பிணங்களே.

இரவின் ஆழத்தில்
நட்சத்திரங்களுக்குப் பின்னால் இருக்கும்
வேறொரு பிரபஞ்சத்தில்
நீ தெரிகிறாய்

உன் வெளிச்சத்தைப்
பாதி பாதி பிரித்துக் கொள்கிறோம்
நானும் நிலவும்.

நீங்கள்
கடந்து சென்ற
துயரத்தையெல்லாம்
சவால்களையெல்லாம்
துரோகங்களையெல்லாம்
எழுதி வைத்துக் கொள்ளுங்கள்
பின்னர்
என்றேனும் ஒரு நாள்
அதனைப் படிக்கையில்
உங்களை நீங்களே
காதலிக்க நேரலாம்.

திருவிழாவிற்குப் பின்னான
தோரணத்தின் நிலைதான்
ஒவ்வொரு முறை
நீ என்னைக்
கடந்து செல்லும் போதும்.

நீ இதழ் பதித்த
தேநீர் கிண்ணம்
மதுக் கிண்ணமாகிறது.

●

சிக்னல் காத்திருப்பின்
சாபங்களை
வரமாக்கி விடுகின்றன
சில ஸ்கூட்டிகள்.

●

என் பால்ய கால
வீதிகளில்
இன்னும் மணியடித்த படியே
நடந்து வருகிறது
அந்த பெரிய யானை

கையில் சில்லரையையும்
கண்ணில் பயத்தையும்
பிடித்துக் கொண்டு
நிற்கும் என்னிடம்
இரண்டையும்
வாங்கிக் கொண்டு
பிரமிப்பை மட்டும்
ஆசிர்வாதமாய்
தந்துவிட்டுப் போகிறது
ஒவ்வொரு முறையும்.

நீ என் அருகில்
இல்லாத
நேரமெல்லாம்
நானும் என் அருகில்
இருந்திடவில்லை

நீ என் அருகே
வரும்போது சொல்
நானும் வருகிறேன்..

●

மாடியிலிருந்து
கை கழுவினேன்
வானிலை மாறியது
ஏதோ ஒரு பூச்சிக்கு.

⬢

பசியுற்ற
பட்டினிக்
குழந்தைகளைத்
தலைகுனிந்த படியே
கடந்து செல்கிறது
சமையல் வாசம்
சுமந்த காற்று.

⬢

எதுவுமே இல்லாத
வெளி நான்
எல்லாம் கொண்ட
கடல் நீ
நீலமாய் நம் காதல்.

●

என் பாஸ்போர்ட்டை
வீணாக்கிவிட்டது
பறவையின் எச்சம்.

●

மழை
உலகத்தை
ஓரிடமும் விட்டுவைக்காமல்
முத்தமிடுகிறது

மழை
கடலைப் புதுப்பிக்கிறது

மழை
நதிக்கு உயிர் பெருக்குகிறது

நீ என் மழை.

மழையில்
பட்டாம்பூச்சிகள்
பறப்பதில்லை

அதனால் வானவில்
வரைந்து கொள்கிறது
வானம்.

●

எங்கு வேண்டுமானாலும் போ
எப்போது வேண்டுமானாலும்
திரும்பி வா
உன்னைத் தேட மாட்டேன்
நாம் இருவரும்
ஒரே வானத்தின் கீழ் தான்
இருக்கிறோம் என்ற
ஆறுதல் போதும்.

அவள்
காற்று
என்னை மட்டும் மாசுபடுத்திய
சுத்தமான காற்று.

●

காரணமே இல்லாமல் மகிழ்
காரணமே இல்லாமல் காதலி
காரணமே இல்லாமல் வாழ்.

●

வகுப்புகளில்
அதிகம் சன்னல் வழி
வெளியில் பார்ப்பேன்

சில கவிதைகளும்
சன்னல் வழி
என்னைப் பார்த்துக் கொண்டிருக்கும்.

உலகம்
தன் முதல் மழையை
எப்படி எதிர் கொண்டிருக்கும் என்பது
உன்னை பார்த்த பின்பு தான்
எனக்குப் புரிந்தது.

●

என் கதவுகள் எப்போதும்
மூடியே இருக்கின்றன
ஏனெனில்
என்னிடம் சன்னல்கள் ஏராளம்.

●

*காதலில்
இரவு நேர உரையாடல்கள்
வினோதமானவை.*

*ஆயிரம் முறை விடியும்
அந்த ஒற்றை இரவு.*

●

நொடிக்கு நொடி
பூக்கிறது
ஒரு குறிஞ்சி

அரை நொடியில்
வளர்ந்து நிற்கிறது
ஆயிரம் விழுதுகளுடன்
ஒரு ஆலமரம்

நடக்கும் திசையெங்கும்
முன் வந்து நிற்கிறது
ஒரு பெருங்கடல்

கைகளில் ஒட்டிக்கொண்டு
மின்னுகின்றன
சில நட்சத்திரங்கள்

தூறிக் கொண்டேயிருக்கிறது
ஒரு பெருமழை

இவையாவும் நிகழ்வதற்காய்
நிகழ்ந்திருக்கிறது
ஒரு காதல்.

●

என்னிடம் பேசு
பேசாமல் போ
கவலை இல்லை
ஆனால்
என் குறுஞ்செய்திகளிடம்
மட்டும் தயவுசெய்து
அன்பு காட்டு

பாவம் அவைகள்
உன் முகவரி மட்டுமே
அறிந்தவைகள்.

●

நான் உயிரோடு இருப்பதை
தெரிந்துகொள்ள
உன்னைக் காதலித்துத்
தொலைய வேண்டியுள்ளது.

●

உனக்கான எல்லா
கவிதைகளையும்
எழுதி முடித்தபின்
காதலை முதலிலிருந்து
தொடங்கியிருப்பேன்.

●

இத்தனை பெரிய
பிரபஞ்சத்தில்
எனக்கென்று சொந்தமாய்
ஒரு உலகம் கூட இல்லை.

கொஞ்சம் மரங்களாலும்
குட்டிக் குட்டிப் பறவைகளாலும்
நிறைய வானத்தாலும்
அதிக மழையாலும்
ஆனது என் காதல்.

கிண்ணம் நிறைய மது
தொட்டுக்கொள்ள மழைக் காலம்
குழம்பில் நீந்தும் மீன் வாசம்
பேசிச் சிரிக்க நீ
உயிர் பிழைக்கக் காதல்.

●

ஒற்றைத் துளி
காதலில் தான்
எத்தனை எத்தனை
சமுத்திரம்.

●

ரோஜாக்களுக்கு
பிடிக்காத மாதம்
பிப்ரவரி

அதில் தான்
அவை
அதிகம் மரணிக்கின்றன.

●

ஏழு கடல் தாண்டி
பத்து மலை தாண்டி
பிடித்த பெண் ஒருத்தியைக்
காணச் சென்றேன்

எப்போதும் போல
பேச பயமாக இருந்ததால்
திரும்பி வந்துவிட்டேன்.

மிக அழகிய
ஓவியம் ஒன்று
கண்ணில் பட்டது
சிவப்பும் நீலமும்
அதிகமாய்த் தென்படும்
பறக்கும் நிலையிலான
வண்ணப்பறவை அது

வண்ணங்கள்
கோடுகள்
வளைவுகள்
ஆங்காங்கே சின்னச் சின்ன
அர்த்தமுள்ள கிறுக்கல்கள்
என அத்தனை அழகையும்
ஒன்றுவிடாமல் தனித்தனியாய்
கண்களுக்கு காட்டின
ஓவியனின் விரல்கள்

எந்த சலனமும் இல்லாமல்
மெய்மறந்து கொண்டிருந்த எனக்கு
எதற்காக வந்தது
திடீரென்று உன் ஞாபகம்.

●

எதைப் பற்றி
கவிதை எழுதினாலும்
கடைசி வரி தொடுகையில்
காதல் கவிதையாக
மாற்றிவிடுகிறாய்
முற்றுப் புள்ளிக்கு முன்
அமர்ந்திருக்கும் நீ.

கடையில்
தனியாய் நின்று
தேநீர் அருந்திய பெண்ணை
குறுகுறுவென விநோதமாய்ப்
பார்த்துக் கொண்டிருந்தார்கள்
சுற்றி இருந்த ஆண்கள்

“முன்னபின்ன பொண்ணு
டீ குடிச்சி பாத்ததில்லையா”
என்றபடி மழையைத்
துப்பியது வானம்.

மழைக்கு ஒதுங்கியவர்களில்
பலர் எரியத் தொடங்கினர்
அவள் வசீகரமாக அடுத்து
பற்ற வைத்த சிகரெட்டில்.

●

பிப் 14

இன்று காதலைச்
சொல்லும் தினமாம்

ஒவ்வொரு வார்த்தையாக
என் காதலைச் சொல்லி முடிக்க
போதுமான பிப்ரவரிகள்
காலத்திடம் இல்லை

"I LOVE YOU"
என்ற ஒற்றை வாக்கியத்தில்
நிச்சயமாய்
என் காதலும் இல்லை.

கல் எறிபவர்களைப்
பார்த்து புன்னகைக்கிறது
குளம்.

●

உதிர்ந்த இலைகள்
சோகத்தை மறக்க
பறக்கக்
கற்றுக்கொடுக்கிறது
காற்று.

●

எதிர்பார்ப்பே இல்லாமல்
அன்பைக் கொடுத்துக்கொண்டே
இருக்கின்றன மரங்கள்

அதனால் தான்
வெட்டப்படுகின்றனவோ?

நண்பனைப் பார்க்க
ஊருக்குப் போனேன்
வரும் வழியில்
எங்கோ தொலைத்துவிட்டேன்
சில வலிகளை.

●

இருள் சூழ்ந்த மனதில்
விளக்கேற்றுகிறது
அம்மாவின் குரல்.

●

எங்கிருந்தோ வரும் காற்று
மரத்தைத் தொடுகையில்
இலைகள் அசைகின்றன.

எங்கிருந்தோ வரும்
உன் நினைவு
நெஞ்சைத் தொடுகையில்
கவிதை மெல்ல அசைகிறது.

●

எனக்கு அறிமுகமில்லாத
கடல் ஒன்றில்
யாரேனும் எனக்காக
கால் நனைத்துக் கொண்டிருக்கலாம்.

●

உள்ளே கொடுத்தால்
காணிக்கை
வெளியே கொடுத்தால்
பிச்சை
குழப்பத்தில் கடவுள்.

●

கனமழைக்கு நடுவிலும்
யாருடைய கண்ணீர்த்துளியோ
சுடுகிறது மண்ணை.

●

வாழப் பிடிக்கவில்லையென்றால்
வாழாதீர்கள்
அமைதியாய் அமர்ந்து
புத்தகம் படியுங்கள்.

●

அப்பா திட்டியதில்
ஒன்றும் புரியாது
அமர்ந்திருந்தேன்

இதை எதையும்
கண்டுகொள்ளாத அம்மா
சமையலறையில்
அடுப்பைப் பற்றவைத்தார்

மண்டை சூடு
மலையேற
வீட்டை விட்டு
வெளியேறினேன்

வீதிமுனை தாண்டும் முன்னமே
அம்மா அழைக்கிறார்
சமையல் வாசத்தால்.

●

கிடைப்பதில்
என்ன பெரிதாய்
கிடைத்துவிடப் போகிறது
நண்பா

கொடுப்பதில் தானே
இருக்கிறது எல்லாமும்.

நீ எவ்வளவு
அழகென்றால்

போன நொடியைவிட
இந்த நொடியும்
இந்த நொடியை விட
அடுத்த நொடியும்
கூடுதல் அழகு

இன்னும் சொல்லப் போனால்
நீ உன்னை விடவுமே
பேரழகு.

●

இல்லாத வானிற்கு
எத்தனை எத்தனை
அலங்காரங்கள் .

இரவில்
உறங்கத் தான் நினைக்கிறேன்
பின்பு பாவம்
நிலாவிற்கு யார் இருக்கிறார்.

ஒரு அலையால்
இழுத்து செல்லப்பட்டது
இன்னொரு அலையால்
கரை சேர்கிறது

கடலும் காலமும் ஒன்று.

ஒவ்வொரு பெண்ணும்
ஒரு நதி

எல்லா நதிகளும்
நம்மை எங்கெங்கோ
அழைத்துச் செல்லும்

ஒரு சில நதி மட்டுமே
நம்மைக் கடக்க விடாமல்
மூழ்கடித்துவிடும்.

யாருக்கோ நான்
பேரனாகவே
மகனாகவோ
நண்பனாகவோ
காதலனாகவோ
பக்கத்துவீட்டுக்காரனாகவோ
எதிர்வீட்டுக்காரனாகவோ
தூரத்து சொந்தமாகவோ
கேள்விப்பட்டவனாகவோ
இருக்கும் போது
எனக்கு மட்டும் ஏன்
நான் யாரோவாகவே இருக்கிறேன்.

●

எனக்காக
ஒரு மரம் இருந்தது
அதில் நான் ஆட
கிளை இருந்தது
உண்ணக் கனி இருந்தது
உறங்க நிழல் இருந்தது

இப்போது அங்கு மரமும் இல்லை
கிளையும் இல்லை
கனியும் இல்லை
நிழலும் இல்லை
நானும் இல்லை
யாரோ ஒருவர்
தன் பால்கனியில்
நின்று காற்றைத் தேடிக் கொண்டிருக்கிறார்

என்னைக் கொன்றவர்
நீங்களாகவும் இருக்கலாம்
நான் யாரென்று தெரிகிறதா?

"நேரமாகிவிட்டது எழுந்திரி"
என்கிறீர்கள்

என் கனவைப் பாதியிலேயே
விட்டுவிட்டு வரும் அளவிற்கு
உங்கள் உலகத்தில் அப்படி
என்ன இருக்கிறது?

தட்டாதே திறந்திருக்கிறேன்

எனக்கான என் கவிதை
எங்கிருந்தோ என்னிடம்
வருகிறது

நொடிகளோ நிமிடங்களோ
மாதங்களோ வருடங்களோ
அதுவாக வரும் வரை
நானாக அழைப்பதில்லை

அது என்னை நோக்கி
வரும் பொழுதை நானறிவேன்

ஒரு காற்றைப் போல்
நெஞ்சைத் தீண்டும்
ஒரு நிதான மழையில்
என் அணுக்கள் நனையும்

சூரியனை அணைக்கும்
ஒற்றை மழைத்துளியின்
ஆழத்தில் நான் மூழ்கிக்கிடப்பேன்

சுற்றி நிகழ்பவைகளின் மேல்
ஒட்டியிருக்கும் கண்ணுக்கு
தெரியாத கவிதைகளெல்லாம்
இதயத்துக்கு தெரிவிக்கப்படும்.

நான் லேசாவேன்
சிறகு விரிப்பேன்

அதன்பின்
காண்பவைகள் எல்லாம்
கவிதைகளாகும்

நடப்பது பறப்பதாகும்
கிடப்பது மிதப்பதாகும்

இது அத்தனைக்கும்
பிறகுதான்
ஒரு துளி கவிதை
என்னிலிருந்து சிந்தும்

ஒவ்வொரு கவிதையும்
எழுதிமுடித்த கணமே
சேர வேண்டியவர்களைத்
தேடும்

என்னை விட்டுப்
புறப்பட்டு
உங்களைச் சேரும்
நொடிவரை

அதன் முகவரி
வெறுமைதான்

சிலரை சேர்ந்தவுடன்
செய்தி அனுப்பும்
சிலரைச் சேர்ந்த பின்னும்
மௌனம் காக்கும்

ஒரு நல்ல கவிதை
உங்களைத் தொடும்போது

வெளிச்சம் எரியும்
புது நட்சத்திரம் உதிக்கும்
உங்கள் மூச்சுக் காற்றுபட்டு
சில கிளைகள் அசையும்
பல இலைகள் உரசும்
இன்னொரு கவிதை பிறக்கும்
புது மாற்றம் நிகழும்
ஒரு வாழ்கை கிடைக்கும்

கவிதைகளைக் கட்டித் தழுவுங்கள்
அது உங்களை முத்தமிட
நீங்கள் தட்டாமலே திறந்திருங்கள்.

நீங்கள் வானில்
பார்ப்பதெல்லாம்
நிலவின் முதுகைத்தான்

முகத்தை பார்க்க
வேண்டுமென்றால்
சொல்லுங்கள்
அவளைக் கேட்டுப் பார்க்கிறேன்.

●

கைபேசிகளை
கீழே வைத்துவிட்டு
கைகளைத் திறந்து பாருங்கள்
வாழ்க்கைத் தெரியும்.

●

தனியாய்ப் பேசுபவர்களைப்
பைத்தியம் என்கிறார்கள்
மனிதர்களிடம் மட்டுமே
பேசத் தெரிந்தவர்கள்.

●

நீ இல்லாத என்னை
இவ்வுலகம் எப்படி
எதிர் கொண்டிருக்கும்

கவிஞர்கள் இல்லாத
பிரபஞ்சத்தைப் போலவா.

30 நிமிடங்களாக
அவளுக்கு காத்திருந்த அவன்
31 ஆவது நிமிடத்தில்
காத்திருப்பின் எல்லைகள் கடந்து
பொறுமையிழந்து
35 ஆவது நிமிடத்தில்
எழுந்து நின்று
கடைசியாக ஒருமுறை
அவளுக்கு அழைப்பு விடுத்து
அதையும் அவள் எடுக்கவில்லை
என்றானபின்
37 ஆவது நிமிடத்தில்
உணர்ச்சிவசப்பட்டு
முடிவெடுத்து
38 ஆவது நிமிடத்தில்
இருக்கையில் அமர்ந்து
திரும்பக் காத்திருக்கத் தொடங்கினான்
எப்போதும்போல.

உனக்காக
கால் கடுக்க நிற்கும்
என் கவிதைகளைக்
கொஞ்சம் பார்
கொஞ்சம் சிரி
பின் எப்போதும் போல
கடந்து போ.

நான் யாரென்ற உண்மையை
இப்போது சொல்கிறேன்
யாரிடமும் சொல்லாதீர்கள்

நீங்கள் கீழே சிந்திவிட்டதாய்
நினைக்கும் உங்கள்
கண்ணீர்த் துளிகள்
என்னிடம் தான்
பத்திரமாய் இருக்கின்றன

நீங்கள் முடிந்துவிட்டதாக
நினைக்கும் உங்கள்
வசந்த காலத்தின்
இன்னொரு பிரதியும்
என்னிடம் தான் உள்ளது

நீங்கள்
மறந்துவிட்ட
அபிமானமான
அவமானங்களை
உங்களுக்கே தெரியாமல்
நான்தான்
எரித்துத் தொலைத்தேன்

நீங்கள் அசைபோட விரும்பும்
உங்கள் அழகான நினைவுகளை
நான் தான் பாதுகாப்பான இடத்தில்
சேமித்து வைத்துள்ளேன்

நீங்கள் நடக்காது
என்று நினைத்த
கனவுகளுக்கான
கடவுச் சீட்டும்
என் சட்டைப்பையில் தான்
அடைகாத்துக் கொண்டிருக்கிறது

நீங்கள் இறந்தபோதெல்லாம்
நான்தான் உயிரூட்டினேன்

விழுந்த போதெல்லாம்
நான்தான் கைகொடுத்தேன்

நான் எப்போதும்
உங்களுடனே இருப்பவன்

இப்போது தெரிகிறதா
நான் யார் என்று ?

தெரியாவிட்டாலும்
தெரிந்துவிட்டதாக நம்புங்கள்

ஏனெனில்
நான் என்பது
நீங்களாகக் கூட இருக்கலாம்.

"மிஸ் யூ" என்பது
ஒரு முடிவற்ற வெளி
முட்களால் செய்த கனி
தாகம் தூண்டும் தண்ணீர்
எச்சில் ஊற வைக்கும் விசம்
உயரம் வழி ஆழம்
பள்ளம் நிறைந்த சிகரம்
வலிக்கும் வருடல்
கொதிக்கும் பனி
காதலுக்கு மிகப் பிடித்த நிலை
இன்னும் சொல்லப் போனால்
கைத் தவறி உண்டியலில்
விழுந்த இரண்டாயிரம் ரூபாய் நோட்டு.

●

ஒவ்வொரு முறை
வீட்டு முகவரியை
சொல்லும்போதும்
எழுதும்போதும்
நினைவில் வந்து
போகிறார் அம்மா.

●

நடு இரவில் எழுப்பி
உறங்கிவிட்டாயா
என்கிறது உன் நினைவு

இல்லை விழித்துதான்
இருக்கிறேன்
என்கிறது என் காதல்.

●

இன்று
இந்த மழை
என்ன செய்ததோ
அதைத்தான்
நீ எப்போதும்
எனக்குச் செய்து
கொண்டிருக்கிறாய்.

ஆச்சரியமாகத்தான் இருக்கிறது
நேற்றைய நானும்
இன்றைய நானும்
நாளைய நானும்
இன்னும் நட்பிலேயே இருப்பது.

●

என் இப்போதைய
ஆறுதல்கள் எல்லாம்
நானும் ஒரு காலத்தில்
குழந்தையாய் இருந்தேன்
என்பது தான்.

●

பெண்ணே
ஒரு கவிஞனுடன்
காதல் கொண்டு பார்
நீ புத்தகமாவாய்.

●

அன்றைக்கான எல்லாமும்
பேசி முடித்த பின்பும்
எதையேனும் சொல்லிவிட்டுத்தான்
முடிக்கின்றன நம் கண்கள்.

●

ஒரு அழகான
கனவு கண்டேன்

அதில் என்னுடன்
இன்னொருவர் இருந்தார்
என்பதைத் தவிர
வேறு எதுவும் நினைவில் இல்லை

ஒருவேளை அது
நீங்களாக இருந்தால்
அந்தக் கனவை
எனக்குச் சொல்லுங்கள்.

●

நான் மறைத்து
வைத்திருந்த
கவிதைகளிலிருந்து
ஒன்றை இப்போது
சொல்கிறேன்

நீங்கள் மிகவும்
அழகானவர்.

இவ்வளவு பெரிய
வானம் இருந்தும்
நிலவை நிலவாய்
ரசிப்பதற்கு

ஒரு சின்ன சன்னல்
தேவைப்படுகிறது எனக்கு.

●

ஆங்காங்கே
கிழிந்திருக்கிறது இரவு

திட்டுத் திட்டாய் தெரிகிறது
அடுத்த நாளின்
பகல்.

இன்னும் உறங்கவில்லையா?
என்னும் குரல்
நள்ளிரவுகளில்
அடிக்கடி கேட்கும் எனக்கு

நான் உறங்கிவிட்டால்
இரவு இறந்துவிடும்
நட்சத்திரங்கள்
உதிர்ந்துவிடும்
நிலா அணைந்துவிடும்

இவை எல்லாமும்
உயிரோடிருக்க
நான் விழித்திருக்க வேண்டும்

நீங்களும் தான்.

நிகழ்வது மரணம்தான்
என்று அறியாத வகையில்
மரித்திட வேண்டும்.

●

மின்னிக் கொண்டிருக்கும்
கோடி நட்சத்திரங்களில்
எனக்குப் பிடித்த இரண்டு
உன் கண்கள் தான்.

●

அவளையோ
அவனையோ
சொந்தம் கொண்டாட
காதலைத் தான்
இன்னும் தேடிக்
கொண்டிருக்கிறேன்.

●

அவளுடனான
தேநீரில் மட்டும்
சர்க்கரையோடு
கலந்திருக்கிறது
ஒரு சொட்டு மழைக் காலம்.

●

என் முதல் கனவு
எனக்கு நினைவில் இல்லை
ஆனால் அனேகமாக
அது
அவளாகத் தான்
இருக்க வேண்டும்.

நேற்றைய நான்

தூக்கமின்றி கனவுகளைத்
தேடிக்கொண்டிருந்த
ஒரு நள்ளிரவில்
வேறு எதுவும் செய்வதறியாது
பால்ய காலத்து
என்னை மீட்டெடுக்க முயற்சித்தேன்

அதன் விளைவாய்
குழந்தையாய் இருந்த
என்னை மீண்டும் கரம் பிடித்தேன்

இப்பொழுது
நான் எவ்வளவு
மாறியிருக்கிறேன்

என் வலிகள்
மறைந்து போயிருக்கின்றன
என் அகம்பாவங்கள்
அனைத்தும் வேர்சாய்ந்திருக்கின்றன

என் குற்ற உணர்ச்சிகள்
ஏதோ ஒரு குளத்தில்
மூழ்கி இறந்திருக்கின்றன

முன்பின் சிந்தனையின்றி
நிகழ்காலத்தை நிகழ்காலமாய்
மட்டுமே பார்க்கும் ஒரு ஒளி
என் நெஞ்சம் முழுதும்
நிறைந்திருக்கிறது

இந்த நேரத்தில் யார்
என்ன வலி கொடுத்தாலும்
சிறு அழுகையை மட்டுமே
பின்பற்றி மீண்டும்
புன்னகை தருவேன்

யார் ஏமாற்றினாலும்
திரும்பத்திரும்ப
அவர்மீது
நம்பிக்கைக் கொண்டிருப்பேன்

இரண்டொரு வினாடி

மகிழ்ச்சிக்காக
என் எல்லாவற்றையும்
அடகு வைப்பேன்

பிறப்பின் சௌகரியங்கள்
அனைத்தையும்
அனுபவித்துக் கொண்டிருப்பேன்

இப்போது
நான் நானாக இருக்கிறேன்

இது உண்மையாக
இரக்கமற்ற இரவு தான்

இத்தோடு இந்த கனவை
மறந்து விடுகிறேன்

என் குழந்தைப் பருவம்
என் கைக்கெட்டாத தூரத்தில்
பத்திரமாக இருக்கட்டும்.

●

தகுதி நீக்கம்

எப்போதோ
ஒரு விதை விதைத்தேன்
இன்று அது கிளைகளாய்
கனிகளாய் மலர்களாய்
ஒரு செடியாய் மேலோங்கி நிற்கிறது
அதன் மீதான என் காதலும்
என் மீதான அதன் காதலும்
அது விதையாய் இருந்த
பொழுதிலிருந்தே
அப்படியே தான் இருக்கிறது

சிறு வயதில்
என் தாத்தாவுடன்
கடலுக்குச் சென்றேன்
இன்று வரை
அதன் மீதான என் காதல்
குறையவே இல்லை
இன்று வரை
எக்கணத்திலும் அது
என்னை ஏமாற்றவும் இல்லை

நண்பன் ஒருவன்
நாய்க்குட்டி தந்தான்
தினம் தினம் அது
வளர்ந்து கொண்டே இருக்கிறது
அதன் காதலும் தான்
என் ஒற்றை வருடலுக்காய்
தன் மொத்தத்தையும் தருகிறது அது

எப்போது வந்தாலும்
என்னை முத்தமிடாமல்
செல்வதில்லை மழை

எப்போது சென்றாலும்
என்னைத் தீண்டத்
தவறுவதில்லை அலை

ஒவ்வொரு முறை
நான் தேநீர்
அருந்தும் போதும்
அதனுடன் நான்
காமம் புரிகிறேன்

ஒவ்வொரு முறை
வயலின் இசை
கேட்கும் போதும்
அதனுடன் நான்
காதல் புரிகிறேன்.

ஒரு மாற்றத்திற்காக
மனிதர்களைத் தாண்டி
வேறு எதன் மீதும்
காதலைப் பொருத்திப் பாருங்கள்
ஏனெனில் அதுதான் நிரந்தரம்

மனிதர்கள் காதலுக்கு
தகுதியானவர்கள் இல்லை போலும்
நம்மைப் போல.

●

உருண்டையானது
உலகம் என்கிறார்கள்

அது பொய்

தொடக்கமே இல்லாத
ஒரு இடத்தில் தொடங்கி
முடிவே இல்லாத
ஒரு வெளியில் தான்
இன்னும் நான்
மிதந்து கொண்டிருக்கிறேன்

என் இருப்பிடத்தை
ஏதோ ஒரு வடிவமாய்
நீங்கள் முடிவு செய்தால்
அதற்கு நான் பொறுப்பில்லை.

●

முத்த நாள் இன்று

ஒரு மிக நீண்ட
முத்தத் கவிதை
எழுதிக் கொண்டிருந்தேன்

பெற்றதும் கொடுத்ததுமென
என் மொத்த முத்தத் தொகுப்பு அது

என் பேனா
முத்தங்களை முத்தமிட
காகிதங்கள் வெட்கப்பட
கவிதையின் அடி ஆழம்வரை
சென்றிருந்தேன்

கடைசி வரிக்கு
மிக அழுத்தமான
ஒரு முத்தம் தேவைப்பட்டது

கிடைக்காத ஒன்றை
கிடைத்ததாய் நினைத்து
கவிதையை முடிக்க முனைகையில்

எங்கிருந்தோ வந்த மழை
நிலத்தை ஓரிடமும்
விட்டுவைக்காமல்
முத்தமிடத் தொடங்கியது

மூச்சு முட்டிய நிலமெங்கும்
வெட்கச் சிதறல்கள்

அந்த இருபெரும் காதலர்கள்
யாரையும் கண்டுகொள்ளாமல்
எதைப் பற்றியும் கவலை கொள்ளாமல்
காதலில் கரைந்து கொண்டிருந்தார்கள்

என் கவிதைக் காகிதங்களில்
கப்பல் செய்து
அந்த அழகான முத்த வெளியில்
மிதக்கவிடுவதைத் தவிர
வேறென்ன செய்வேன்.

●

உன் இதயத்தை
என் இதயம் முத்தமிட
உன் அனுமதி தேவையில்லை

சத்தமே இல்லாமல்
முத்தமிட்டுக் கொண்டிருக்கிறேன்
ஒவ்வொரு கணமும்

உன்னால் என்ன
முடியுமோ செய்.

கடலுக்குப்
பொட்டு வைக்கிறது
நிலா.

எரிகின்ற தீயில்
எண்ணெய் ஊற்றுவது போல்
உன்னை ஊற்றுகிறாய் என்னில்.

மின்சாரம் பாதித்த
மொட்டை மாடி இரவொன்றில்
நிலவில் சற்று இளைப்பாறிவிட்டு
எனக்குப் பிடித்த
ஒரு நட்சத்திரத்தை நோக்கி
நடைசெய்து கொண்டிருந்தேன்

அந்தப் பாதையற்ற வழியில்
நீயும் நானும் அமர்ந்து பேச
ஒரு இடம் பார்த்து வைத்திருக்கிறேன்.

எதுவுமற்ற
வான்வெளியாக
நிம்மதியாய் இருந்தேன்

ஒற்றை சிறு நட்சத்திரமாக
என்னில் எங்கோ
ஒரு மூலையில் பூத்தாய்

இப்போது என் மொத்த
வான் வெளிக்கும்
நீதான் அடையாளமாக இருக்கிறாய்

யார் நீ.

என்னுடன் யாரேனும்
கடற்கரைக்கு வாருங்கள்
அதனிடமிருந்து நிறைய
கவிதைகளை
கடன் வாங்கித் தருகிறேன்
பிழைத்துக் கொள்ளுங்கள்.

நான் தூக்கத்திலேயே
மரணித்தவன்
எனினும்
என் கடைசிக் கனவு நீ.

●

எப்போது கடலுக்குச்
சென்றாலும்
என்னை நிராகரித்தவளை
நலம் விசாரிக்கிறது
நிலவு.

●

ஒரு பயணத்தில்
எதிர்பாராத விதமாக
காட்டையும் கடலையும்
ஒரே இடத்தில் சந்திக்க நேர்ந்தது
அங்கு நான் யாரிடம்
காதலைச் சொல்வேன்
என்னிடம் தவிர.

எதோ ஒரு கானகத்தில்
ஒரு வண்டு
ஒரு பூவின்
தேனைக் குடிக்காமல்
அதன் அழகை
ரசித்தபடி கடந்து போன
ஒரு நாளில்
என்னவள் பிறந்திருக்கலாம்.

●

இந்த நள்ளிரவில்
என் தங்கை
எனக்கு எப்போதும்
கொடுக்காத
என் அறையின்
எனக்குப் பிடித்த
ஒரு மூலையில்
படுத்திருக்கிறேன்

இதுவரை
எனக்குக் கிடைக்காததெல்லாம்
மறந்துவிட்டேன்.

முற்றிலும் கருப்பு
ஆங்காங்கே
வெள்ளை வெள்ளையாய்
மினுமினுக்கும் சில புள்ளிகள்
இப்படித்தான்
எனக்கு புகுத்தப்பட்டிருக்கிறது
புரியாத பிரபஞ்சத்தின் ஒளிப்படங்கள்

ஆனால்
இதில் தான்
நான் எங்கோ இருக்கிறேன்
என்றறிந்த பிறகு
புரிகிறது பிரபஞ்சத்தின்
புரியாத அழகு.

எல்லாருடைய பெயரிலும்
ஒரு அற்புதம் இருக்கிறது
ஒரு பாடல் இருக்கிறது
இனிப்புச் சுவை இருக்கிறது

உங்களுக்கிதை
உணர்த்தும் குரல்
வரும், வந்திருக்கும்.

செல்லுமிடம் கேட்காமல்
என்னுடன் வா

உனக்காக ஒரு
உலகம் நான் செய்கிறேன்
உனக்கு மட்டுமே
கவிதைகள் இனி புரிகிறேன்.

உடல் தானம்
செய்பவர்களுக்கு

இரண்டு வாழ்வு
இரண்டு மரணம்.

●

திறமையற்றவன் என்று
விட்டுச் சென்றாள்
அதனால் தான் என்னவோ
கவிஞன் ஆகி விட்டேன்.

●

பூமியில் எல்லாம் இருந்தும்
ஒன்றுமே இல்லாத
வானைத் தான்
வேடிக்கைப் பார்க்கிறேன்.

●

நிலத்தில் சிறந்தவை
காடும், கடற்கரையும்
மற்றும்
நீ காலணி அணியாமல்
நடந்த பகுதிகளும்.

●

விடிந்து என்ன பயன்

இருள் நீங்கவில்லை
நட்சத்திரங்களை இழந்த
வானிற்கு.

●

பிடித்த பெண்ணிடம்
என்ன பேசுவதென்று
தெரியாத முட்டாள்கள் தான்
வேறு வழியின்றி
கவிஞர்கள் ஆகிவிடுகிறார்கள்.

●

உனக்காய்க் காத்திருப்பதில்
வலி ஒன்றும் இல்லை
முடிந்தால்
புதிய நட்சத்திரங்களை ஏதேனும்
என் எண்ணிக்கைகளுக்கு
அனுப்பு போதும்.

●

உனக்கு மிகவும்
பிடித்த உணவு
என் உறக்கம்

நான் விழித்த பின்பாவது
நீ கனவுகளை அனுப்பாமல் இருக்கலாம்.

வீட்டிற்கு வந்தவள்
மறந்து
என்னை எடுத்துச்
சென்றுவிட்டாள்

அவளிடம்
என்னவென்று சொல்லி
என்னைத் திருப்பி வாங்குவது.

●

இரவு வானில்
மின்னிக் கொண்டிருப்பதெல்லாம்
சொல்லப்படாத காதல்களின்
நினைவுச் சின்னங்களே.

●

உன்னைப் பற்றியே
எழுத விடாமல்
இடைமறிக்கும்
உன் நினைவுகளை
என்னவென்று எழுதுவேன்.

●

கூட்டத்தில்
அவளைக் காணும் வரை
தெரியாது
அந்தத் திருவிழா
எனக்கும்
அவளுக்குமானதென்று.

●

மனிதர்களைத் தவிர
வேறு எந்த உயிர்களும்
தற்கொலை செய்து கொள்வதில்லை

மனிதர்களைப் போல்
வேறு எந்த உயிரும்
சக உயிரை
தற்கொலைக்குத் தூண்டுவதும் இல்லை.

நான் மரணித்துவிட்டால்
அழாதே நண்பா

நான் மரணிப்பதே
மரண அனுபவங்கள்
எழுதத்தான்.

●

"அம்மா"
என்ற ஒற்றை வரியில்
ஆயிரம் பாடலை
இசையமைக்கிறது
குழந்தையின் அழுகை.

●

கடலின் நரை தானோ
அதன் அலைகளில்
ஒட்டி இருக்கும் நுரை.

●

நிறங்கள் எல்லாம்
தீர்ந்து போன பின்
வானவில் நம்மை நாடலாம்

அதுவரை வா
காதலித்துக் காத்திருப்போம்.

●

தூரத்தில் பறக்கும்
ஒரு பறவைப்புள்ளி
என்னை அனாதையில்லையென
நம்ப வைத்தது.

●

அன்பையும் கருணையையும்
செலவு செய்யாதவர்கள்
எதை சேமித்துவிட போகிறார்கள்.

●

உன்னிடம் இருந்து
ஒழுகும் கவிதைகளை
ஏந்தும் பாத்திரம் நான்.

●

என்னை எப்பொழுதுமே
அழகாய்க் காட்டும்
கண்ணாடி அவள்.

●

இந்த
மழைக்காலம்
முடியும் வரையிலாவது
உன் காதல்
நீடித்திருக்கலாம்.

●

எல்லா போதைகளும்
சலித்துப்போன பின்
காதல் போதையை
தேர்ந்தெடுத்தேன்
இறந்து போனேன்.

●

இதயம் உடைந்தவர்கள்
யாரேனும் இருந்தால்
அதன் விரிசல்கள் வழி
சொட்டும் கவிதைகளை
எனக்குத் தாருங்கள்.

●

முதலில்
காதலைச் சொல்லும்
பெண்களால் தான்
விடிகிறது உலகம்,
சூரியனாலல்ல.

●

உன்னைக் காணும்போதெல்லாம்
இப்பிரபஞ்சத்தை
நான் மன்னித்துக்கொண்டே
இருக்கிறேன்.

என்
மழைக்காலங்களில்
வாசிக்கத் தோதான
புத்தகம் அவள்.

நேற்று பார்த்த
நிலவை
இன்று காணவில்லை
பறவைகள்
தின்றிருக்கலாம்.

●

விடுபடுவது தான் காதல்
ஆனால்
இங்கே பலரும்
சிறை புகுகின்றனர்.

●

உலகின் வயது
இரு நூறு கோடி ஆண்டுகளாம்

அது பொய்

உன்னை நான் பார்த்து
இரண்டு நிமிடங்கள் தானே ஆகின்றன.

என் பேராசை
போகும் போது
எல்லோரிடமும் சொல்லிவிட்டுப்
போக வேண்டும்.

●

ஒரு சில பாடல்கள்
முடியவே கூடாதென்று நினைப்பேன்

அலைப்பேசியை வைத்துவிடாதே.

●

இவ்வுலகில்
ஒரே நீ
ஒரே நான்
என்றபோது
பாவம் இக்காதல்
நம்மையன்றி வேறு
யாரை நாடும்.

●

மொத்தமாய்
உறங்குவதற்கு முன்பே
எனக்கு தலைகோதும்
கைகளை எல்லாம்
முத்தமிட்டுவிட வேண்டும்.

●

அத்தனை
மேடு பள்ளம்
வளைவு நெளிவுகளைக்
கடக்கவேண்டியிருக்கிறது
உன் பாதங்களை அடைய

ஆம்
அங்கே தான்
என் சிகரம் இருக்கிறது.

நீயும் நானும்
பிரிவதாய்
ஒரு கனவு கண்டேன்

அந்த இரவைக்
கொன்று விட்டேன்.

இதுவரை
யாரும் யாருக்கும்
எழுதாத ஒன்றை
உனக்காய் எழுதியிருக்கிறேன்

வா
வந்து என்னை படி..

தென்றலையெல்லாம்
புயலாய் மாற்றிவிடுகிறது

காற்றழுத்தமும்
மன அழுத்தமும்.

●

நிகழ மறுத்த
அற்புதம்
நம் காதல்.

●

நேற்றிரவு பெய்த மழையில்
இன்னும் நனைந்துக் கொண்டிருக்கிறோம்
நீயும் நானும்

மழை நின்றுவிட்டால் என்ன
தொடக்கம் போதாதா நமக்கு.

நேற்றிரவு
பேசிக் கொண்டிருக்கும்போதே
உறங்கிவிட்டாள்

இனி அவள்
விழித்தால் தான்
நான் உறங்கமுடியும்.

உன்னிடம்
கொடுப்பதாக நினைத்து
என்னை முழுதும் கொட்டிவிட்டேன்

இப்போது
எனக்குத் தேவையான
கொஞ்சநஞ்ச நான் கூட
என்னிடம் இல்லை.

இன்னும்
கொஞ்ச தூரம் தான்

நட

உன் வெப்பத்தைத்
துடைக்கும் தென்றல்
அதோ அங்கே
உனக்காகக் காத்திருக்கிறது

வலிகள் அமைத்த வழியில்
கண்ணீரை எல்லாம்
புன்னகையால் கழுவிவிட்டு
முன்னேறி நடப்பவனே

நட

பிரபஞ்சம்
தன் அழகான படைப்பை
பெருமையாய் பார்த்துக் கொண்டிருக்கிறது

இன்னும் கொஞ்ச தூரம் தான்

நட.

●

முகவரியற்ற தெருவின் மூன்றாவது வீடு

ஒவ்வொரு மழையிலும்
நினைத்துக் கொள்கிறேன்
யாரோ எங்கோ
நீரூற்றிய மரத்தை.

●

இன்றைய நிலவை
நான் காண
எத்தனை ஆயிரம்
இரவுகளைக்
கடக்க வேண்டியிருந்தது.

●

ஒரு மழை இரவு

வெய்யில் காலத்தை
மழை விசாரித்திருந்த
ஒரு நல் இரவு
என் மொட்டை மாடியில்
நானும் அவளும்
நிலா பார்த்திருந்தோம்

நட்பின் விளிம்பிலிருந்து
காதலில் நுழைய
சில நொடி காலமே
எங்கள் முன்னிருந்தது

ஆதி ஆப்பிள் முதல்
இன்றைய மழை வரை
எல்லாம் பேசி தீர்த்திருந்தாலும்
இப்போது
பேசச் சொற்களற்று
ஒருவரை ஒருவர்
கண் பார்த்தோம்

ஆம்
இது காதலை
அறிவிக்கும் நேரம் தான்

நாங்கள் காதலிப்பது
எப்போதோ எங்களுக்கு
தெரிந்திருந்த பின்பும்
இப்போது தான்
அதிகார பூர்வமாய்
அறிவிக்க விழைகிறோம்

"என்னை எதற்காக அழைத்தாய் " என்றாள்

என்னைச் சுற்றி
எல்லாமும் உற்று நோக்கின

"சும்மா தான்" என்றேன்

காற்றின் தீண்டலில்
மரங்கள் சில
தலையில் அடித்துக் கொண்டன

“சும்மாதான் வரச் சொன்னியா” என்றாள்
என் கண்கள்
கோடி வழியில்
காதலைச் சொல்லிக் கொண்டிருக்கையில்
என் உதட்டை உளறச்செய்வதேனடி

“ஆமாம்” என்றேன்

முறைத்தாள்
சிரித்தாள்
கண்களால் கண் பிடுங்கினாள்

இரவுக்கு வியர்க்கத் தொடங்கி
மீண்டும் மழை தூறியது

“மழை வேற வருது ,
அப்போ நான் கெளம்பவா
வேற ஒன்னும் இல்லையா “ என்றாள்

கையளவு இதயம்
உலகளவு கனத்தது

புதைந்து கிடந்த
வீரத்தைத் தூசி தட்டினேன்

நில்
போகாதே
நானே சொல்கிறேன்

ஒவ்வொரு மழையும்
பொதுவானது
ஆனால்
இந்த மழை நமக்கானது

என் நட்பு
இப்போது மொட்டு வெடித்து
இன்னொன்றாய் மலர்ந்துவிட்டது,
கண்ணுக்குத் தெரியாத
வண்ணங்களில்
என் இதயம் கலந்துவிட்டது

கொஞ்சம் கொஞ்சமாய்
சேர்த்து வைத்த என்னை
மொத்தமாய் உன்னிடத்தில்
பறிகொடுத்து நிற்கிறேன்

இப்போது கூட
நீ நிற்கும் என் மொட்டை மாடி
ஏழாம் வானமானது

யதார்த்தமாய்
நீ தொடுகையில்
உயிரின் எடை கூடி
உடலின் எடை குறைகிறேன்,
வானில் காலூன்றி
விண்வெளி கடக்கிறேன்

எத்தனையோ
மாவீரர்களின் கதைகேட்டு
வியந்திருக்கிறேன்
அவர்களையெல்லாம்
பின்னுக்குத் தள்ள
நானே முதலில் சொல்கிறேன்

என் கண்கள் உணர்த்தும் அற்புதத்தை
வாய் திறந்து மொழிகிறேன்

ஆம்
நான் உன் மீது காதல் கொண்டிருக்கிறேன்
நீ ?
என்று சொல்ல நினைத்து

"சரி கிளம்பு" என்றேன்.

●

தாத்தாவின் மடி

ஒரு இலையுதிர் கால
மதியத்தில்
விருந்து முடித்த மயக்கத்தில்
தாத்தா வளர்த்த
தென்னை மர மடியில்
அசந்தேன்

பிரியாணியில்
பாட்டி கலந்த
கசகசாவின் அற்புதத்தில்
உடலும் உயிரும்
தனித்தனியாய் உறங்கின

கடைசியாய்
இப்படி உறங்கியதும்
இங்கே தான்

நடுப்பகல்
இரவை விடவும்
அமைதி காத்தது
பிடித்தமாய்
நான்கைந்து கனவுகள்
சிறு சிறு இடைவெளி விட்டு
இமை தட்டாமல் கண் புகுந்தன

நண்பனுக்குத் தெரியாமல்
உரிமையாய் எடுத்த
பென்சில் ரப்பரை
பெருந்தன்மையுடன்
அவனிடத்தில் திருப்பித்தந்தேன்

பகவதி மெஸ்
பரோட்டாக்கள்
இருபது தின்றேன்

ஒரே நாளில்
ஐந்துமுறை
நாகூர் கடலுக்குச் சென்றேன்
நூற்றாண்டுகளாய்

பதுக்கி வைத்த காதலை
இரண்டாம் வகுப்பு
கமலாவிடம் சொன்னேன்

தூக்கத்தில் சிரித்தேன்

மறந்து போன
பால்ய முகங்களெல்லாம்
இதோ இந்த
தென்னைமரத்தடியில் தான்
புதைந்துகிடக்கின்றன போலும்

நினைவுகள்
எவ்வளவு ஆழமானவை

கரைவரும் முன்
கவிழ்ந்துவிட்டால் நல்லது

தூரத்து ரயில் சத்தம்
மிக மென்மையாய்
ஒரு காது நுழைந்து
மறு காது கடந்தது

இலை தொட்ட
காற்றொன்று
முகம் பட்டது

நண்பகல் தேகத்தில்
விடியல் வாசம் வழிந்தது

மெல்ல மனம் மூடி
இமை திறந்தேன்

மேல் தூரத்தில் தெரிந்த
தென்னை இலைகள்
மின்விசிறியாய் சுற்றிகொண்டிருந்தன

அடுப்படியிலிருந்து வந்த
அம்மாவின் குரல்
பால் வாங்கி வரச் சொன்னது

இரவில் வந்த
பகல் கனவிலாவது
தவறிய தாத்தாவின் மடியில்
தென்னைமரம் தலைசாய்ந்து உறங்கியிருக்கலாம்.

மரண அழைப்பிதழ்

என் வாழ்வு
தொடங்கியிருப்பதாக
உணர்ந்த ஒரு நன்னாளில்தான்
மரணத்தை பற்றியும்
எழுதச் சொன்னது
உயிர்

இன்றோ என்றோ
என் உடல் இயக்கம்
நின்றுவிடும்

நான் என்னைவிட்டு
வெளியேறிவிடுவேன்

என் பேனா மை
தேங்கிவிடும்
காகிதங்கள் என் கடைசிக்
கவிதையை
உறுதி செய்திருக்கும்

இனி நான் இல்லை
என்னும் செய்தி
உங்கள் இதயத்தைச் சற்று
கனமாக்கும்
அந்த நாளில்
நீங்கள் சிறுகணம்
உடையத்தான் நேரும்

அதனால் இப்போதே
உங்களுக்கு என் ஆறுதல்கள்

நான் அழைக்காமலே
என்னைக் காண வருவீர்கள்
என்னால் தான் உங்களை
வரவேற்க இயலாது
மன்னித்துக் கொள்ளுங்கள்

கண்ணீரோடு வரவேண்டாம்

வெளிநாடு செல்லும்
உங்கள் மகனை மகளை
உறவை நண்பனை
வழியனுப்ப
விமான நிலையம்
வரும்
ஒரு சிறு வலி போதும்

உங்களுடனான
என் நினைவுகளை
அசைபோட்டுக் கொண்டே வருவீர்கள்
நானும் அதனை
என் கடைசிக் கனவில்
சிலாகித்திருப்பேன்
என்பதை உறுதி செய்து கொள்ளுங்கள்

வரும் வழியில்
மாலைகள் வாங்காதீர்கள்
என் மரணத்தில்
வேறு எந்த மலர்ப் பிணங்களும்
வேண்டாம்

மேல தாளங்கள்
எதுவும் ஆர்பரிக்கவேண்டாம்
என் உயிரின்
கடைசிச் சொட்டில்
பதிந்திருக்கும்
அந்தக் கடைசிக் குரல் போதும்.

எந்த வித
சடங்குகளாலும்
என் மீது
மதம் பூச வேண்டாம்

பாதியிலேயே நிறுத்தப்பட்ட
கவிதைகள் ஏதேனும்
என் காகிதங்களில் இருந்தால்
அதனை அப்படியே விட்டுவிடுங்கள்

அதன் கடைசி வரி
நானாகக் கூட இருக்கலாம்

என் உடல்
காடு செல்லும் வரை
என் அறையை
இழுத்துப் பூட்டிவிடுங்கள்

ஏனெனில்
என்னை அதிகம்
கைப் பிடித்த பேனாவிற்கோ
என்னை ஓவியன் என்று
நம்பிக் கொண்டிருந்த சுவற்றுக்கோ
என் சோம்பேறித் தனத்தை
சகித்துக் கொண்ட
மெத்தைக்கோ நாற்காலிக்கோ
நான் இறந்து போனது
தெரிய வேண்டாம்

கடைசியாய்
நான் யோசித்து
வைத்திருந்த கவிதை
சொல்ல நினைத்த சொல்
பேச நினைத்த மனிதர்
போக நினைத்த இடம்
செய்ய நினைத்த செயல்
எல்லாவற்றிற்கும் என் இரங்கல்கள்

நேரம் நெருங்க நெருங்க
பதைபதைக்கும்
என் உறவுகளின் கைகளை
யாரேனும் இறுக்கப் பற்றிக்கொள்ளுங்கள்

அழுது கொண்டிருக்கும்
அன்பர்களுக்கு
விரல் கொடுக்க
மரணத்தின் நேர்மை புரிந்த
என் நண்பர்கள் சிலர்
அங்கே இருப்பீர்கள்
உங்களுக்கும் இப்போதே
என் நன்றி

நீங்கள் அழாமலிருக்க
ஒன்றை நினைவில் கொள்ளுங்கள்
நான் முடிந்துவிடவில்லை
இன்னொன்றாய்த்
தொடங்கியிருக்கிறேன்.

●